คำอธิษฐาน: พลังที่ยิ่งใหญ่ที่สุดในโลก

ระดมผู้วิงวอน 10 ล้านคนเพื่อประเทศต่างๆ

โดย

แฟรงค์ ซี. เลาบัคและซาคาเรียส ก็อดซีเกิล

เกี่ยวกับหนังสือ - Prayer: The Mightiest Force in World - ระดมผู้อธิษฐาน 10 ล้านคนเพื่อประเทศต่างๆ

ค้นพบพลังแห่งการอธิษฐานที่สามารถเปลี่ยนแปลงชีวิตได้ในหนังสือ ***"Prayer: The Mightiest Force in the World - Mobilizing 10 million Intercessors for the NATIONS"***
ซึ่งเป็นงานสารคดีคริสเตียนที่น่าสนใจที่กระตุ้นให้ผู้อ่านระดมกลุ่มผู้อธิษฐาน 10 ล้านคน
หนังสือเล่มนี้ซึ่งเขียนโดย **Frank C. Laubach** และ **Zacharias Godseagle** เน้นย้ำว่าการอธิษฐานเป็นพลังอันยิ่งใหญ่ที่สามารถเปลี่ยนแปลงชีวิต ประเทศ และโลกได้

หนังสือเล่มนี้ท้าทายให้ทุกคนอธิษฐานอย่างกล้าหาญและสม่ำเสมอเพื่อผู้นำ ชุมชน
และความก้าวหน้าในชีวิตส่วนตัว
โดยเน้นตัวอย่างทางประวัติศาสตร์และคำรับรองเกี่ยวกับผลกระทบของการอธิษฐาน
หนังสือเล่มนี้มีแผนปฏิบัติการ คำถามเพื่อไตร่ตรอง
และส่วนบันทึกสำหรับบุคคลและกลุ่มต่างๆ
เพื่อเตรียมผู้อ่านให้สามารถอธิษฐานได้อย่างลึกซึ้งยิ่งขึ้น
และกระตุ้นให้เกิดการอธิษฐานร่วมกันเพื่อประเทศชาติ
ไม่ว่าคุณจะรู้สึกไร้พลังในโลกที่วุ่นวายหรือโหยหาการแทรกแซงจากพระเจ้า
คำเรียกร้องให้ลงมือทำของแฟรงค์และซาคาเรียสจะสร้างแรงบันดาลใจให้คุณมีส่วนร่วมใน
การผจญภัยทางจิตวิญญาณที่มีความสำคัญอย่างยิ่งพร้อมเรื่องราวจริงที่ยืนยันเรื่องนี้
เปิดรับคำเรียกร้องให้สวดภาวนาและสร้างความแตกต่างที่ยั่งยืนให้กับโลก
นี่คือผลงานต้นฉบับพิมพ์ครั้งที่ 7 จากปีพ.ศ. 2488

ซาคารีอัส ก็อดซีเกิล

Table of Contents

การแนะนำ

คำอธิษฐาน: พลังที่ยิ่งใหญ่ที่สุดในโลก - ระดมผู้อธิษฐาน 10 ล้านคนเพื่อประเทศต่างๆ

จะเป็นอย่างไรหากฉันบอกคุณว่าคุณเป็น **กำลังสำคัญที่สุดในโลก** —
พลังที่ยิ่งใหญ่กว่าการเมือง เงินทอง หรือกำลังทหาร
จะเป็นอย่างไรหากกุญแจสำคัญในการเปลี่ยนแปลงประเทศ รักษาจิตใจ
และเปลี่ยนแปลงชีวิตของคุณอยู่ในมือคุณแล้ว
พลังนั้นก็คือ **การอธิษฐาน**

ตลอดประวัติศาสตร์ **การอธิษฐานได้เคลื่อนย้ายภูเขา หยุดสงคราม รักษาคนป่วย และเปิดประตูที่เป็นไปไม่ได้** **การอธิษฐาน** ไม่เพียงแต่เป็นนิสัยทางศาสนาเท่านั้น แต่ยังเป็นการ **เชื่อมโยงโดยตรงกับพลังอำนาจของพระเจ้า** อีกด้วย อย่างไรก็ตาม หลายคน **กลับประเมินการอธิษฐานต่ำเกินไป ละเลย หรือไม่เชื่ออย่างเต็มที่ในเรื่องนี้**

ลองคิดดูสิ:

- หาก **คำอธิษฐานของชายคนหนึ่ง** สามารถทำให้ดวงอาทิตย์หยุดนิ่งได้ (โยชูวา 10:12-14) แล้วคำอธิษฐานของคุณจะทำอะไรได้บ้าง?
- หาก **คำอธิษฐานของผู้หญิงคนหนึ่ง** สามารถเปลี่ยนชะตากรรมของประเทศได้ (เอสเธอร์ 4:16) แล้วคำอธิษฐานของคุณจะช่วยพัฒนาโลกได้อย่างไร
- หาก **คำอธิษฐานด้วยศรัทธาเพียงครั้งเดียว** สามารถปลุกคนตายได้ (ยอห์น 11:41-44) คำอธิษฐานของคุณจะมีความก้าวหน้าอะไรบ้าง?

ความจริงก็คือ **เราสามารถเปลี่ยนโลกได้ หากพวกเราสวดอธิษฐานเพียงพอ**

การเรียกร้องให้มีการอธิษฐานอย่างที่ไม่เคยมีมาก่อน

ขณะนี้ เราใช้ชีวิตอยู่ท่ามกลาง **ความไม่แน่นอน ความขัดแย้ง และความกลัว** รัฐบาลต้องดิ้นรน ครอบครัวแตกแยก และผู้คนรู้สึกสูญเสีย แต่ท่ามกลางความมืดมิด มี **ทางออกหนึ่งที่ไม่เคยล้มเหลว นั่นคือการอธิษฐาน**

หนังสือเล่มนี้มีชื่อว่า **" Prayer: The Mightiest Force in the World - Mobilizing 10 Million Intercessors for the NATIONS"** ไม่เพียงแต่พูดถึง **เหตุผลที่** การอธิษฐานได้ผลเท่านั้น แต่ยังพูดถึง **วิธี** การอธิษฐานในแบบที่ปลดปล่อยพลังของพระเจ้าในชีวิตของคุณ ชุมชนของคุณ และโลกอีกด้วย **แต่ละบทจะท้าทายให้คุณอธิษฐานอย่างกล้าหาญ สม่ำเสมอ และด้วยศรัทธาที่ไม่อาจหยุดยั้งได้**

เมื่อคุณอ่านหนังสือเล่มนี้จบ คุณจะ:

- **เข้าใจถึงพลังของการอธิษฐานอย่างที่ไม่เคยเป็นมาก่อน**
- **รู้วิธีการอธิษฐานเพื่อผู้นำ ประเทศชาติ และการเปลี่ยนแปลงโลก**
- **สัมผัสความใกล้ชิดที่ลึกซึ้งยิ่งขึ้นกับพระเจ้า**
- **พบคำตอบที่แท้จริงต่อคำอธิษฐานในชีวิตของคุณ**
- **ได้รับการเตรียมพร้อมเพื่อนำผู้อื่นไปสู่การเคลื่อนไหวแห่งการอธิษฐาน**
- **คุณจะได้รับแรงกระตุ้นและแรงบันดาลใจให้เข้าร่วมกับผู้วิงวอน 10 ล้านคนเพื่อประเทศต่างๆ ก่อนปี 2045**

คำถามคือ: **คุณพร้อมที่จะเข้าร่วมกับผู้อธิษฐานอีก 10 ล้านคนเพื่อโลกของเราหรือยัง?**

หากคุณเบื่อหน่ายกับการรู้สึกไร้พลังในโลกที่วุ่นวาย...
หากคุณปรารถนาที่จะเห็นพระเจ้าทรงเคลื่อนไหวในทางที่น่าอัศจรรย์...
หากคุณเต็มใจที่จะก้าวเข้าสู่ **การผจญภัยทางจิตวิญญาณที่ยิ่งใหญ่ที่สุด** ในชีวิตของคุณ...

จากนั้นเรามาเริ่มกันเลย

เพราะตาม **ที่แฟรงค์ ซี. เลาบัคกล่าวไว้ การอธิษฐานนั้นไม่ใช่เพียงแค่การปฏิบัติเท่านั้น แต่ยังเป็นพลังที่ยิ่งใหญ่ที่สุดในโลกอีกด้วย**

Prayer: The Mightiest Force in the World เขียนโดย Frank C. Laubach และตีพิมพ์เมื่อวันที่ 1 มกราคม พ.ศ. 2489

ความตั้งใจของเขาคือการระดมวิญญาณ 10 ล้านดวงเพื่ออธิษฐานเผื่อประเทศต่างๆ หนังสือเล่มนี้เป็นผลงานที่ขยายความจากงานของแฟรงก์ในภาษาอังกฤษร่วมสมัย โดยมีเนื้อหาสรุป แผนปฏิบัติการสำหรับบุคคลและกลุ่ม โดยมีบันทึกประจำวันท้ายบท

หนังสือเล่มนี้เป็นเรื่องเกี่ยวกับอะไร

- หนังสือเล่มนี้เป็นเรื่องราวเกี่ยวกับพลังของการอธิษฐานวิงวอน
- มีตัวอย่างการใช้คำอธิษฐานในช่วงความขัดแย้งต่างๆ ในช่วงสงครามโลกครั้งที่ 2
- เลาบัคเป็นนักการศึกษามิชชันนารีและนักเทศน์ในหมู่ชาวมุสลินโมโรสในมินดาเนาในหมู่เกาะฟิลิปปินส์
- หนังสือเล่มนี้ถือเป็นหนังสือสารคดีคริสเตียน

เหตุใดจึงต้องอ่านหนังสือเล่มนี้?

- เพื่อเรียนรู้เกี่ยวกับความสำคัญของการอธิษฐานเพื่อผู้อื่น ไม่ใช่แค่เพื่อตนเองเท่านั้น
- เพื่อเรียนรู้เกี่ยวกับการมองโลกในมุมกว้างและมุมกว้างเมื่อเราสวดมนต์
- เพื่อเรียนรู้เกี่ยวกับความสำคัญของการที่ผู้คนอธิษฐานให้กับผู้นำโลก

คุณควรดำเนินการอย่างไร?

คุณสามารถเข้าร่วมชุมชนการเคลื่อนไหว **10** ล้านครั้งบน **Facebook** ได้โดยผ่านลิงค์นี้ -

https://www.otakada.org/facebookintercessory

คุณสามารถเข้าร่วมชุมชน **Intercessors 10** ล้านคนบน **WhatsApp** ได้ผ่านลิงค์ นี้

https://www.otakada.org/whatsappintercessory

คุณสามารถเรียนรู้เกี่ยวกับผู้ประสานงานขบวนการ Intercessors จำนวน 10 ล้านคนที่ God's Eagle Ministries (GEM) ได้จากลิงค์นี้ – https://www.otakada.org

เจอกันใหม่ฝั่งหน้า!

กองทัพผู้วิงวอนของพระเจ้า (GEM) สำหรับยุคสุดท้าย!

คำคมการวิงวอน

"คริสตจักรยังไม่ก้าวข้ามขอบเขตความเป็นไปได้ของการอธิษฐานวิงวอน ชัยชนะที่ยิ่งใหญ่ที่สุดของคริสตจักรจะเกิดขึ้นเมื่อคริสเตียนแต่ละคนจากทุกแห่งตระหนักถึงฐานะปุโรหิตของตนต่อพระเจ้าและอุทิศตนในการอธิษฐานเป็นรายวัน" (จอห์น ม็อตต์)

"การวิงวอนเพื่อมนุษย์เป็นวิธีที่ทรงพลังและปฏิบัติได้จริงที่สุดที่เราสามารถแสดงความรักที่มีต่อพวกเขาได้" (จอห์น แคลวิน)

"พระเยซูคริสต์ทรงเป็นผู้วิงวอนแทนเราในสวรรค์
พระวิญญาณบริสุทธิ์ทรงเป็นผู้วิงวอนแทนเราบนโลก
และเราซึ่งเป็นนักบุญต้องเป็นผู้วิงวอนแทนมนุษย์ทุกคน" (ออสวอลด์ แชมเบอร์ส)

"การวิงวอนของพระเยซูเพื่อเราเข้มแข็งกว่าการกล่าวหาของซาตานต่อเรา" (ไมค์ บิกเคิล)

"พระเจ้าไม่เคยประทานวิจารณญาณให้เราเพื่อที่เราจะได้วิพากษ์วิจารณ์
แต่เพื่อที่เราจะได้เป็นผู้ไกล่เกลี่ย" (ออสวอลด์ แชมเบอร์ส)

"วิจารณญาณคือการเรียกร้องของพระเจ้าให้เป็นผู้ไกล่เกลี่ย ไม่ใช่การตัดสินผิด" (คอร์รี เท็น บูม)

"การอธิษฐานต้องมีขอบเขตที่กว้างขวาง — ต้องวิงวอนเพื่อผู้อื่น
การวิงวอนเพื่อผู้อื่นเป็นจุดเด่นของการอธิษฐานที่แท้จริง
เมื่อการอธิษฐานถูกจำกัดไว้เฉพาะตัวและขอบเขตความต้องการส่วนตัว
การอธิษฐานก็จะล้มเหลวเนื่องจากความเล็กน้อย ความคับแคบ และความเห็นแก่ตัว"
(เอ็ดเวิร์ด แม็กเคนดรี บาวน์ดส์)

"การอธิษฐานทุกครั้งล้วนแต่ทำให้คนเราสูญเสียพลังชีวิต
การวิงวอนที่แท้จริงคือการเสียสละ การเสียสละที่เสียเลือด" (จอห์น เฮนรี โจเวตต์)

"คำอธิษฐานของเราช่วยวางเส้นทางที่พลังอำนาจของพระเจ้าจะมาถึงได้ พลังอำนาจของพระองค์ไม่อาจต้านทานได้เช่นเดียวกับหัวรถจักรที่ทรงพลัง แต่ก็ไม่สามารถมาถึงเราได้หากไม่มีราง" (วอทช์แมน นี)

"หากคุณเป็นผู้วิงวอน คุณจะเห็นความต้องการมากมาย แต่คุณก็จะเห็นคำอธิษฐานที่ได้รับคำตอบมากมายเช่นกัน" (ทางแยกแห่งคำพยากรณ์)

"ประวัติศาสตร์เป็นของบรรดาผู้วิงวอน ผู้ที่เชื่อและอธิษฐานให้อนาคตเกิดขึ้น" (วอลเตอร์ วิงค์)

"พระเจ้าทรงวางภาระที่หนักที่สุดไว้บนตัวผู้ที่สามารถแบกรับน้ำหนักนั้นได้" (ไม่ทราบชื่อผู้แต่ง)

"การนมัสการคือการเห็นด้วยกับความเป็นพระเจ้า ในขณะที่การวิงวอนคือการเห็นด้วยกับสิ่งที่พระเจ้าสัญญาว่าจะทำ" (ไม่ทราบชื่อผู้แต่ง)

"การอธิษฐานเผื่อผู้อื่นอาจหมายถึงการคุกเข่าแสดงความรักต่อเพื่อนบ้าน" (ชาร์ลส์ เบนท์)

"การวิงวอนเป็นงานสากลอย่างแท้จริงสำหรับคริสเตียน ไม่มีสถานที่ใดปิดกั้นการวิงวอน ไม่มีทวีปใด ประเทศใด องค์กรใด เมืองใด สำนักงานใด ไม่มีพลังใดบนโลกที่สามารถขัดขวางการวิงวอนได้" (ริชาร์ด ฮาลเวอร์สัน)

"พลังของการวิงวอนเป็นผลจากความสนิทสนม ไม่มีความแตกต่างระหว่างทั้งสองสิ่งนี้" (คอรี รัสเซล)

"การวิงวอนเป็นสิ่งที่ไม่เห็นแก่ตัวที่สุดที่ใครก็ตามสามารถทำได้" (พอล บิลล์ไฮเมอร์)

"ยิ่งเราใช้เวลาในการอธิษฐานเพื่อขอพรให้กับผู้มีอำนาจมากเท่าไร เราก็ได้อธิษฐานเพื่อตัวเราเองมากขึ้นเท่านั้น" (แคโรล เฮลมิค)

“กลุ่มคริสเตียนดำรงอยู่ได้ด้วยการวิงวอนของสมาชิกซึ่งกันและกัน มิฉะนั้นก็จะล่มสลาย” ***(Dietrich Bonhoeffer)***

“การอธิษฐานเผื่อหมายถึงการยกระดับตนเองขึ้นถึงจุดที่สามารถเข้าถึงจิตใจของพระคริสต์เกี่ยวกับบุคคลที่เรากำลังอธิษฐานเผื่อ” (ออสวอลด์ แชมเบอร์ส)

“การวิงวอนของพระคริสต์คือการใช้ความตายของพระองค์เพื่อความรอดของเราอย่างต่อเนื่อง” (จอห์น คัลวิน)

“การอธิษฐานทุกประเภท ไม่ใช่แค่การอธิษฐานแทนเท่านั้น ซึ่งเป็นการอธิษฐานขั้นสูงสุด แต่การอธิษฐานทุกประเภท ตั้งแต่ระดับต่ำสุดไปจนถึงระดับสูงสุด ล้วนเป็นไปไม่ได้ในชีวิตที่รู้และยอมให้มีบาป” (อเล็กซานเดอร์ ไวท์)

เรื่องจริงเกี่ยวกับ ผลกระทบของคำอธิษฐานวิงวอน

นักรบ 39 คนของเดวิด ลิฟวิงสโตนในแอฟริกา

เรื่องราวเกี่ยวกับความสำคัญและพลังของการวิงวอนนี้บอกเล่าโดยเดวิด ลีฟวิงสโตน ซึ่งเป็นมิชชันนารีนักสำรวจจากสกอตแลนด์ไปยังแอฟริกาในศตวรรษที่ 19

เดวิด ลิฟวิงสโตน

ดาวิดกลายมาเป็นมิชชันนารีผู้สำรวจในแอฟริกาได้อย่างไร
เขาได้ยินเรื่องราวของมิชชันนารีอีกคนหนึ่ง
หลังจากที่มิชชันนารีคนนี้อยู่ในแอฟริกาเป็นเวลานาน
เขาก็กลับไปยังโบสถ์ที่เขาส่งไปในสกอตแลนด์เพื่อรายงานเกี่ยวกับงานของเขาและงานรับใช้ของเขา และเรียกคนงานเพิ่มเติมให้ไปแอฟริกา เขามาถึงโบสถ์ในฤดูหนาว อากาศหนาวและฝนตก มีคนมาไม่มากนัก และเขาผิดหวังเล็กน้อย

มีผู้อาวุโสจำนวนมากอยู่ที่นั่น เป็นเรื่องดีที่พวกเขาอยู่ที่นั่น
แต่พวกเขาไม่เหมาะกับงานเผยแผ่ศาสนา เขายังคงรู้สึกว่าควรเผยแพร่ข่าวสารเช่นเดิม
ดังนั้นเขาจึงดำเนินการเผยแพร่ต่อไป
เขาอธิบายว่าพวกเขาต้องการคนงานเพิ่มและจบการสนทนาดังนี้:

"ใครจะไป ใครจะไป ใครจะไป"
เขาไม่รู้ว่านักเล่นออร์แกนมีเด็กชายเป็นผู้ช่วย เมื่อดนตรีออร์แกนบรรเลงขึ้น
เด็กชายก็ลุกขึ้นและตะโกนว่า "ฉันจะไป ฉันจะไป ฉันจะไป!"
ชื่อของเด็กชายคนนั้นคือเดวิด ลิฟวิงสโตน
จากนั้นเขาแนะนำเดวิดว่า "ถ้าพระเจ้าทรงเรียกคุณให้ไปแอฟริกา
ฉันขอแนะนำให้คุณเป็นแพทย์
และคุณสามารถไปแอฟริกาในฐานะมิชชันนารีทางการแพทย์ได้" เดวิดเติบโตขึ้น
เข้าเรียนในโรงเรียนแพทย์ และกลายเป็นแพทย์
จากนั้นเขาไปแอฟริกาในฐานะมิชชันนารีทางการแพทย์
และทำงานอย่างไม่รู้จักเหน็ดเหนื่อย

มีชนเผ่าหนึ่งที่พวกเขาพยายามติดต่อ และมันยากมาก หัวหน้าเผ่าส่งข้อความไปหาเขาว่า
"พวกเราจะมาคืนนี้ และเราจะฆ่าคุณและทุกคนในบริเวณบ้านของคุณ"

เหตุผลที่เราทราบรายละเอียดทั้งหมดของเรื่องนี้ก็เพราะว่าผมได้ค้นคว้าเรื่องนี้มาแล้ว เดวิด
ลิฟวิงสโตนเขียนไดอารี่ไว้ และทั้งหมดนี้ก็ถูกเขียนไว้ในไดอารี่ของเขา ในไดอารี่ของเขา
เขาเขียนว่า "พระเจ้า พวกเราทำงานกันอย่างซื่อสัตย์มาก โปรดปกป้องพวกเรา
โปรดช่วยพวกเราด้วย" เขาหวาดกลัวว่าจะเกิดอะไรขึ้น
และกังวลว่างานรับใช้ของพวกเขาจะสูญสลายและทุกคนจะต้องตาย
แต่พวกเขาก็ไม่ได้ฆ่าพวกเขา สองสามปีต่อมา ในที่สุดพวกเขา
ก็แนะนำหัวหน้าเผ่าให้รู้จักพระเยซู
และชุมชนทั้งหมดก็เปลี่ยนใจเลื่อมใสและติดตามพระองค์
ต่อมา เดวิด ลิฟวิงสโตนได้กล่าวกับหัวหน้าเผ่าว่า
"คุณส่งข้อความมาหาฉันว่าคุณจะมาฆ่าฉันและทุกคนในบริเวณนั้น" หัวหน้าเผ่าตอบว่า
"ใช่ พวกเรามาแล้ว" เดวิดถามว่า "ทำไมคุณไม่ฆ่าพวกเรา?"

หัวหน้าเผ่ากล่าวว่า “เมื่อเราไปถึงบริเวณนั้น เราเห็นยักษ์ 39 ตัวล้อมรอบบริเวณนั้น เราจึงนับดู พวกมันเป็นนักรบตัวใหญ่ และมีถึง 39 ตัวล้อมรอบบริเวณนั้น” สองสามปีต่อมา เดวิด ลิฟวิงสโตนกลับไปที่โบสถ์ที่เขาส่งมาในสกอตแลนด์และเล่าเรื่องนั้นให้ฟัง เมื่อการประชุมสิ้นสุดลง เลขานุการของโบสถ์เข้ามาหาเขาและพูดว่า “หมอลิฟวิงสโตน คุณจำวันที่หัวหน้าโบสถ์จะมาฆ่าคุณได้ไหม”

เขาตอบว่า “ฉันรู้วันที่แน่นอน” เธอบอกวันที่ให้เขาทราบ เลขานุการของโบสถ์เปิดสมุดบันทึกของโบสถ์และแสดงให้เขาเห็นว่าในวันนั้น มีคน 39 คนในโบสถ์ในสกอตแลนด์ที่กำลังอธิษฐานเผื่อเขา และมีนักรบ 39 คนล้อมรอบบริเวณนั้น

“อย่าบอกว่ามันเป็นเรื่องบังเอิญ”

เดวิด ลิฟวิงสโตน ในแอฟริกา — ผลกระทบของการอธิษฐาน

คำพยานอันน่าเหลือเชื่อและทรงพลังนี้เกี่ยวกับพลังของพระเจ้าในชีวิตหนึ่งๆ โดยเฉพาะอย่างยิ่งเมื่อเกี่ยวข้องกับการอธิษฐานและชีวิตแห่งการรับใช้ในชีวิตของเดวิด ลีฟวิงสโตนในระหว่างการเดินทางเผยแผ่ศาสนาของเขาในแอฟริกา

เดวิด ลิฟวิงสโตนเกิดที่เมืองบลันไทร์ ประเทศสกอตแลนด์ ในปี ค.ศ. 1813 เขาเกิดในบ้านที่พ่อของเขาเคยอุ้มเขาคุกเข่าและอ่านเรื่องราวเกี่ยวกับความสำเร็จอันยิ่งใหญ่ในการเป็นมิชชันนารีให้ฟัง โดยเฉพาะเรื่องราวของคาร์ล กุตซ์ลาฟฟ์ มิชชันนารีชาวดัตช์ที่ทำหน้าที่เป็นมิชชันนารีด้านการแพทย์ด้วย เดวิดในวัยหนุ่มเคยมองเข้าไปในดวงตาของพ่อและพูดว่า “คุณพ่อครับ

สักวันหนึ่งผมจะต้องเป็นคนแบบนั้น ผมอยากเป็นมิชชันนารี ผมอยากเป็นหมอ ผมอยากรับใช้พระเจ้า”

วันหนึ่ง เดวิด ลิฟวิงสโตนคุกเข่าลงและสวดภาวนาว่า “พระเจ้า โปรดส่งข้าพเจ้าไปทุกที่
ขอเพียงไปกับข้าพเจ้าเท่านั้น โปรดวางภาระทั้งหมดไว้บนข้าพเจ้า
ขอเพียงค้ำจุนข้าพเจ้าเท่านั้น โปรดตัดสัมพันธ์ใดๆ ออกไป
เว้นเสียแต่สัมพันธ์ที่ผูกมัดข้าพเจ้ากับการรับใช้พระองค์และหัวใจของพระองค์”
และพระวจนะของพระเจ้าก็มาถึงเขาว่า “ดูเถิด เราอยู่กับเจ้าเสมอไป จนกระทั่งสิ้นยุค”

เขาเก็บข้าวของและออกเดินทางไปยังแอฟริกา
และเมื่อเขาเห็นแอฟริกาเพียงแวบเดียวจากระยะไกล เขาก็เขียนบันทึกของเขาไว้ว่า
“ภาพหลอนอันน่าสะเทือนใจจากควันจากหมู่บ้านนับพันแห่งในแสงแดดยามเช้าได้เผาไหม้ในใจของฉัน”
เขาแต่งงานกับผู้หญิงคนหนึ่งจากตระกูล Moffat ที่มีชื่อเสียง ซึ่งเธอชื่อ Mary
พ่อของเธอเป็น มิชชันนารีผู้ยิ่งใหญ่ พวกเขาเดินทางไปแอฟริกา แต่ชีวิตของ David Livingstone เป็นเหมือนนักสำรวจ เขาเดินทางไปจากที่หนึ่งไปอีกที่หนึ่ง
และเป้าหมายเดียวของเขาคือพระเยซูในใจและชีวิตของผู้ชายและผู้หญิงหลายพันคน

ในที่สุดภรรยาและครอบครัวของเขาไม่สามารถตามทันเขาได้อีกต่อไป ลูกๆ
ของเขาบางคนกำลังจะตายเพราะความเจ็บป่วยและโรคภัยไข้เจ็บ
ดังนั้นเขาจึงพูดกับภรรยาว่า “แมรี่ ทำไมคุณไม่พาพวกเขากลับบ้านล่ะ
ฉันจะได้พบคุณในไม่ช้านี้และใช้เวลาอยู่กับคุณสักพัก
มันอันตรายเกินไปสำหรับเราที่จะไปต่อ”
เขาจึงส่งแมรี่ภรรยาที่รักกลับบ้าน และจดหมายก็ใช้เวลาหลายเดือนกว่าจะแลกเปลี่ยนกันได้
แต่จดหมายรักและโรแมนติกบางฉบับก็ส่งถึงเดวิดและแมรี่
และคุณรู้ไหมว่าเขาจะพบเธออีกครั้งเมื่อไหร่ ไม่ใช่ห้าสัปดาห์ ไม่ใช่ห้าเดือน ห้าปี

ห้าปีต่อมาเมื่อเขาได้เห็นภรรยาของเขา เธอจำเขาไม่ได้
เพราะครั้งหนึ่งในระหว่างการเดินทางในป่าเพื่อไปเทศนา
เขาเดินชนกิ่งไม้ต้นหนึ่งซึ่งทำให้ตาข้างหนึ่งของเขาบอดสนิทและอีกข้างหนึ่งเป็นแผล
ใบหน้าของเขาถูกแดดเผาจนไหม้เกรียมจากแสงแดดในแอฟริกาจนหนังกรอบ

และผิวหนังของเขาซึ่งไม่ได้ถูกสร้างสีก็ถูกย่างจนร่างกายของเขาไม่สามารถทนต่อมันได้อีกต่อไป ใบหน้าของเขาเป็นแผลเป็นและเป็นแผลเป็น ดวงตาของเขาบอด และครั้งหนึ่งเขาเคยถูกสิงโตโจมตีจนไหล่ข้างหนึ่งของเขาฉีกขาด เขาหนีออกมาได้อย่างน่าอัศจรรย์

ตอนนี้เธอเห็นสามีเดินกะเผลกเข้ามาด้วยใบหน้าที่บอบช้ำและร่างกายที่ผิดรูป ไม่กี่ชั่วโมงก่อนที่เขาจะมาถึง พวกเขาได้ฝังศพพ่อของเขาไปแล้ว เดวิดร้องไห้เพราะเขาอยากเล่าเรื่องราวที่พ่อของเขาเล่าให้เขาฟังจากปากตัวเอง จากประวัติย่อบอกเราว่า เมื่อเดวิด ลิฟวิงสโตน เดินเข้าไปในมหาวิทยาลัยแห่งใดก็ตามในหมู่เกาะอังกฤษ นักศึกษาและคณาจารย์จะลุกขึ้นปรบมือ เพราะพวกเขารู้ว่าพวกเขากำลังยืนอยู่ต่อหน้าชายร่างยักษ์คนหนึ่ง

ในที่สุดวันหนึ่งเขาก็กลับไปหาภรรยาและพูดว่า “แมรี่ วิญญาณหลอนจากควันจากหมู่บ้านนับพันแห่งในแสงแดดยามเช้ายังคงลุกโชนอยู่ในใจของฉัน เราต้องกลับไป” เธอตัดสินใจว่าเขาควรไป เธอต้องอยู่กับเด็กๆ เธอกล่าวว่า “เมื่อพวกเขาโตพอแล้ว ฉันจะไปหาคุณอีกครั้ง เดวิด” แล้วเขาก็ออกเดินทางคนเดียวเพื่อเทศนาสั่งสอนชาวแอฟริกันที่อยู่ภายในใจของเขา

ในที่สุดหลังจากผ่านไปนานพอสมควร แมรี่ก็ได้มาอยู่กับเขา และในวันที่เธอเหยียบย่างบนผืนแผ่นดินแอฟริกา เธอก็ติดโรคที่พวกเขากลัวมากว่าจะติด ในวันเดียวกับที่เธอเหยียบย่างบนผืนแผ่นดินแอฟริกา เธอก็ติดโรคนั้น และไม่กี่วันต่อมา เขาก็ฝังศพเธอ

พยานคนหนึ่งเล่าว่า เดวิด ลิฟวิงสโตน คุกเข่าลงข้างหลุมศพ ร้องไห้ด้วยความสะเทือนใจ และพวกเขาได้ยินเขาภาวนาว่า “พระเยซูของฉัน กษัตริย์ของฉัน ชีวิตของฉัน และทุกสิ่งของฉัน ฉันขออุทิศชีวิตของฉันแด่พระองค์อีกครั้ง ฉันจะไม่ให้ความสำคัญกับสิ่งของใดๆ ที่ฉันมี หรือในสิ่งที่ฉันทำได้ ยกเว้นในความสัมพันธ์กับอาณาจักรของพระองค์และการรับใช้พระองค์” ตลอดมาพระวจนะของพระเจ้าก็มาถึงใจของฉัน โดยพระองค์ตรัสว่า “ดูเถิด เราอยู่กับเจ้าทั้งหลายเสมอไป จนกว่าจะสิ้นยุค”

เขาเก็บข้าวของและเดินกลับไปยังบ้านเกิดของเขาที่หมู่บ้านอูจิจิ
เมื่อไปถึงและเข้าไปในบ้านหลังเล็กของเขาที่นั่น
เขาพบว่ามีคนเล่นตลกกับเขาอย่างโหดร้ายและขโมยยาที่เขาต้องการมากเพราะร่างกายของเขาเต็มไปด้วยความเจ็บปวด ความเจ็บปวดที่ไม่อาจบรรยายได้
เขาเดินไปในความทุกข์ทรมานตลอดเวลา
และพวกเขากล่าวว่าในช่วงไม่กี่ช่วงของชีวิตของเขา เขาอธิษฐานเพื่อตัวเอง
เขาคุกเข่าลงและกล่าวว่า "พระเจ้า พระองค์ทรงสัญญาว่าพระองค์จะอยู่กับฉันเสมอ!
ฉันต้องการยานั้นหากฉันต้องการที่จะประกาศพระกิตติคุณต่อไป!"

ขณะที่เขากำลังสวดมนต์ เขาก็ได้ยินเสียงฝีเท้า และตามเรื่องเล่า
เขาเห็นเท้าคู่หนึ่งวางอยู่ตรงหน้าเขา
และใบหน้าของเขาก็เบิกกว้างขึ้นเป็นครั้งแรกในรอบเวลานาน
เขากำลังมองดูใบหน้าของชายผิวขาวคนหนึ่งที่ไม่ได้อาศัยอยู่ในแอฟริกา เขาถามว่า
"คุณเป็นใครครับท่าน" และชายคนนั้นตอบว่า "ผมเดาว่าเป็นหมอลิฟวิงสโตน"
(คำพูดอันโด่งดังเหล่านั้น) เขากล่าวว่า "ครับท่าน"

"คุณลิฟวิงสโตน ฉันเป็นนักข่าว ฉันถูกมอบหมายให้เขียนเรื่องราวเกี่ยวกับชีวิตของคุณ
ฉันอยากให้คุณรู้จักฉันสองเรื่อง เรื่องแรก ฉันเป็นพวกไม่มีศาสนาที่อวดดีที่สุดในโลก
โปรดอย่าพยายามเปลี่ยนความคิดของฉัน เรื่องที่สอง มีคนส่งยามาให้คุณ"
เดวิดพูดว่า "โปรดให้ยาฉันด้วย"
นายเฮนรี่ เอ็ม. สแตนลีย์จึงเริ่มเดินทางกับเดวิด ลิฟวิงสโตน สี่เดือนต่อมา
ผู้ที่ไม่เชื่อพระเจ้าที่โอ้อวดที่สุดคนหนึ่งของโลกก็คุกเข่าลงบนผืนแผ่นดินแอฟริกาและอุทิศชีวิตให้กับพระเยซูคริสต์

ชีวประวัติของเดวิด ลิฟวิงสโตนเป็นหนังสือชีวประวัติที่ดีที่สุดเล่มหนึ่งที่คุณเคยอ่านมา
มีชื่อว่า "ลิฟวิงสโตนแห่งแอฟริกา" เขียนโดยเฮนรี่ เอ็ม. สแตนลีย์ สแตนลีย์กล่าวว่า
"พลังแห่งชีวิตพระคริสต์นั้นน่าทึ่งมาก และผมต้องอดทน ผมไม่อาจอดทนต่อไปได้อีก"

ในที่สุด ร่างกายของเขาก็เริ่มเหี่ยวเฉาลงจากอาการไข้สูงและความเจ็บปวด
(พวกเขาเคยหามเขาไปมาระหว่างหมู่บ้านต่างๆ บนเปล) วันหนึ่ง

เขากำลังเทศนาบนเปลด้วยอาการตัวสั่นอย่างแท้จริง
ในที่สุดเขาก็หันไปมองพี่น้องร่วมชาติสองคนของเขาและพูดว่า "โปรดพาฉันกลับบ้าน ฉันป่วยหนักมาก ฉันเหนื่อยมาก ฉันต้องการพักผ่อน"
พวกเขาพาเขากลับบ้านและกำลังจะโยนเขาลงบนเตียงเมื่อเขาพูดว่า "ไม่ โปรดช่วยฉันคุกเข่าลงด้วย"

ลิฟวิงสโตนคุกเข่าลงข้างเตียง ประสานมือทั้งสองข้างไว้ แล้วเริ่มสวดภาวนา
คำอธิษฐานของเขาลึกซึ้งมาก
สถานที่ศักดิ์สิทธิ์ของเขามีเอกลักษณ์เฉพาะตัวมากจนพี่น้องชาวแอฟริกันของเขารู้สึกว่าการอยู่ร่วมกับพระเจ้าเพียงลำพังเป็นการดูหมิ่นพระเจ้า และพวกเขาจึงก้าวออกจากห้องเล็กๆ ของเขาไป

จากนั้นมีคนวิ่งมาบอกว่า "ผมต้องการพบคุณลิฟวิงสโตนสักครู่" พวกเขาบอกว่า "เงียบๆ หน่อย เขากำลังสวดมนต์อยู่" ห้านาทีผ่านไป พวกเขามองเข้าไป เขายังคุกเข่าอยู่
ผ่านไปหลายนาที พวกเขามองเข้าไป เขายังคุกเข่าอยู่ หลังจากผ่านไประยะหนึ่ง พวกเขาก็มองเข้าไป เขายังคุกเข่าอยู่

คนหนึ่งรู้สึกว่าชายคนนี้เหนื่อยเกินกว่าจะสวดมนต์ต่อได้ เขาต้องการจะนอนหลับ
เขาเดินไปหาชายคนนั้น และคนหนึ่งเขย่าไหล่เขาและถามว่า "คุณเป็นอะไร? คุณเป็นอะไร?"
ลิฟวิงสโตนล้มลง เขาเสียชีวิตแล้ว
เขาเสียชีวิตอย่างที่เขาเป็นอยู่ทุกประการ คือ ต่อหน้าพระเจ้าของเขา

พระองค์ไม่ทรงหนีจากพระสุรเสียงของพระองค์
พระองค์ไม่ทรงโบกตะเกียงที่ไม่มีแสงสว่าง
พระองค์ไม่ทรงขายวิญญาณเพื่อความสุขทางโลก
แต่วิญญาณหลอนจากควันจากหมู่บ้านนับพันได้เผาไหม้อยู่ภายในใจของพระองค์จนพระองค์ตรัสได้ว่า "พระเยซูของฉัน กษัตริย์ของฉัน ชีวิตของฉัน ทุกสิ่งของฉัน ฉันอุทิศตัวของฉันแด่พระองค์อีกครั้ง"

คุณเต็มใจที่จะให้สิ่งใด? คำอธิษฐานของคุณเกี่ยวกับการอุทิศตนคืออะไร? บางทีการเรียกของคุณอาจไม่ใช่แอฟริกา แต่ที่ที่คุณอยู่ คุณกำลังถูกเรียกให้ทำอะไร? พระเจ้าทรงเรียกเราทุกคนอย่างอ่อนโยนให้รับใช้
ฉันนึกถึงบทเพลงกอสเปลเก่าๆ:

ในทุ่งเก็บเกี่ยวที่สุกงอมแล้ว มีงานให้ทุกคนทำ
จงฟังเสียงของเจ้านายที่กำลังเรียกคุณอยู่ เพื่อเป็นการเก็บเกี่ยว
สถานที่ที่คุณถูกเรียกให้ไปทำงานดูเล็กและไม่ค่อยเป็นที่รู้จักนักใช่หรือไม่?
เป็นเรื่องดีหากพระเจ้าอยู่ในนั้น เพราะพระองค์จะไม่ละทิ้งสิ่งที่พระองค์เองทรงมีอยู่
น้อยก็มาก ถ้ามีพระเจ้าอยู่ในนั้น อย่าทำงานเพื่อความมั่งคั่งหรือชื่อเสียง
มีมงกุฎและคุณสามารถชนะมันได้ หากคุณยอมไปในพระนามของพระเยซู
เมื่อความขัดแย้งที่นี่สิ้นสุดลง และเผ่าพันธุ์ของเราบนโลกก็สิ้นสุดลง
พระองค์จะตรัสว่า ถ้าคุณซื่อสัตย์ "ยินดีต้อนรับกลับบ้าน ลูกของแม่ ทำได้ดีมาก!"
น้อยก็มาก ถ้ามีพระเจ้าอยู่ในนั้น อย่าทำงานเพื่อความมั่งคั่งหรือชื่อเสียง
มีมงกุฎและคุณสามารถชนะมันได้ หากคุณยอมไปในพระนามของพระเยซู

เรื่องราวการอธิษฐานเผื่อผู้อื่นเปลี่ยนชีวิตฉันอย่างไร

เช้าวันหนึ่งที่สดชื่นในเวอร์จิเนีย ขณะที่ฉันขับรถพาเคลลี่ ลูกสาววัย 12 ขวบไปพบทันตแพทย์ ฉันพบว่าตัวเองกำลังขับรถผ่านบริเวณที่ไม่คุ้นเคย ทางหลวงที่แบ่งเลนทอดยาวไปข้างหน้า มีขอบถนนคอนกรีตเรียงราย และขณะที่ฉันพยายามมองหาหมายเลขถนน ฉันก็ลืมเส้นทางไป ตอนนั้นเป็นช่วงที่ยังไม่มี GPS ที่สะดวกสบาย และทันใดนั้น ฉันก็หันความสนใจกลับไปที่ถนนอีกครั้ง และพบว่ามีรถเสียจอดอยู่ตรงเส้นทางของเรา

ฉันหักหลบเข้าเลนซ้ายโดยไม่ทันได้ไตร่ตรองให้ดีก่อนจะชนรถคนอื่น จากนั้นก็รีบหักหลบรถที่ขับแซงไปในเลนของเราทันที เคลลี่ปลอบใจฉันด้วยวลีที่เธอใช้บ่อยๆ หลังจากที่เราขับรถเสี่ยงๆ กัน แต่ครั้งนี้ ฉันไม่รู้สึกสบายใจเลย

หัวใจของฉันเต้นแรงขึ้นเมื่อรู้สึกว่ามีการปกป้องคุ้มครองจากพระเจ้า
“ขอบคุณพระเจ้าที่ไม่มีใครอยู่ในเลนนั้นอีกแล้ว!”
ฉันครุ่นคิดด้วยความขอบคุณที่หันกลับมามองในเวลาที่เหมาะสม มิฉะนั้น
ผลลัพธ์อาจเลวร้ายได้ เมื่อมาถึงคลินิกทันตแพทย์
ฉันทราบว่ารถที่ขวางทางของเราเป็นของนักอนามัยคนหนึ่งในคลินิก

ฉันอดกลั้นใจไม่บอกเธอว่ารถของเธอเกือบจะเกิดอุบัติเหตุร้ายแรง
แต่กลับรู้ตัวว่าฉันเองต่างหากที่เสียสมาธิไปชั่วขณะ ต่อมา
หลังจากไปส่งเคลลี่ที่โรงเรียนแล้ว ฉันมาถึงสำนักงานของโบสถ์ ซึ่งลินดี บรุกกิงก์
อาสาสมัครผู้ทุ่มเทของเรา รู้สึกว่ามีบางอย่างผิดปกติ “คุณไม่เป็นไรใช่ไหม” เธอถาม
“ฉันรู้สึกอยากอธิษฐานเผื่อคุณและเคลลี่มากเมื่อเช้านี้
และฉันต้องหยุดทุกอย่างเพื่ออธิษฐานเผื่อ”

ฉันอดไม่ได้ที่จะหลั่งน้ำตาออกมา
เมื่อเข้าใจว่าความเต็มใจของเธอในการอธิษฐานอาจช่วยชีวิตเราในวันนั้นได้
เมื่อเล่ารายละเอียดให้เธอฟัง
เราทั้งคู่รู้สึกซาบซึ้งใจกับงานของพระเจ้าผ่านการอธิษฐานของเธอ ตลอดหลายปีที่ผ่านมา
ฉันประสบกับการแทรกแซงจากพระเจ้าหลายครั้ง
ไม่ว่าฉันจะรู้จักบุคคลที่อธิษฐานเพื่อฉันหรือไม่ก็ตาม
บางครั้งฉันจะไม่รู้เลยว่าพวกเขาอธิษฐานเผื่อฉันอย่างซื่อสัตย์ จนกว่าฉันจะขึ้นสวรรค์!
ในทำนองเดียวกัน ฉันโชคดีที่ได้ยืนหยัดเคียง ข้างผู้อื่น
ตัวอย่างที่น่าสะเทือนใจเกิดขึ้นเมื่อพายุทอร์นาโดพัดถล่มครอบครัวหนึ่งจากกลุ่มบ้านเกิดขอ
งเรา

เดวิดสามีของฉันติดต่อมาหาฉันอย่างสิ้นหวังเพื่อหาทางดักฟังภรรยาและลูกๆ
ของเขาที่กำลังเดินทางกลับบ้าน
เขาต้องการเตรียมพวกเขาให้พร้อมสำหรับภาพที่น่าสลดใจที่รอพวกเขาอยู่
ในยุคที่ไม่มีโทรศัพท์มือถือ
แทบจะเป็นไปไม่ได้เลยที่จะติดต่อกับใครก็ตามบนท้องถนนโดยที่ไม่รู้เส้นทางของพวกเขา

ฉันออกเดินทางด้วยรถของฉัน
อธิษฐานอย่างแรงกล้าในขณะที่ขับรถผ่านถนนที่วุ่นวายทางตอนเหนือของเวอร์จิเนีย
ขณะรอสัญญาณไฟจราจร ฉันก้มศีรษะและระบายความในใจต่อพระเจ้า
ทันทีที่ฉันอธิษฐานเสร็จและเงยหน้าขึ้นมองสัญญาณไฟจราจร
ฉันก็ประหลาดใจเมื่อเห็นเพื่อนและลูกๆ ของเธอนั่งอยู่ข้างๆ ฉัน!
ฉันรีบกระโดดออกจากรถและเร่งเร้าให้สเตฟานีตามฉันไปที่บ้าน
ฉันบอกข่าวร้ายนี้กับเธออย่างอ่อนโยน โดยรับรองกับเธอว่าเดวิดปลอดภัย
แต่จะมีการสนทนาที่ยากลำบากรออยู่ข้างหน้า

ตอนแรกเธอคิดว่าฉันล้อเล่นเพราะฉันชอบเล่นตลก แต่เมื่อความจริงของสถานการณ์เข้ามา
เราก็สามารถสร้างบรรยากาศที่สบายใจเพื่อให้เธอได้ทำความเข้าใจกับข่าวนี้
ซึ่งเป็นพื้นที่ปลอดภัยที่ได้รับความช่วยเหลือจากเพื่อนที่ไว้ใจได้ที่สามารถอธิษฐานเผื่ออนา
คตที่ไม่แน่นอนของพวกเขาได้ ฉันนึกถึงพลังอันเหลือเชื่อของการอธิษฐานเผื่อผู้อื่นอีกครั้ง
และตระหนักว่าการอธิษฐานเผื่อผู้อื่นสามารถส่งผลกระทบอย่างลึกซึ้งต่อเหตุการณ์ต่างๆ
ในชีวิตของเราได้อย่างไร

กรณีศึกษา:
พลังแห่งการอธิษฐานที่เปลี่ยนแปลงชีวิตของฉัน

การอธิษฐานมักจะดำเนินไปอย่างเงียบ ๆ
โดยเฉพาะอย่างยิ่งภายในขอบเขตของจิตใจของเรา
ทำให้ผู้วิงวอนไม่ค่อยได้เห็นผลลัพธ์ของคำวิงวอนจากใจของพวกเขาทันที ยิ่งไปกว่านั้น
การรับรู้ว่าเราเป็นเป้าหมายของการอธิษฐานของผู้อื่นนั้นเป็นเรื่องที่หายาก
เนื่องจากความอ่อนน้อมถ่อมตนของเรามักทำให้เราไม่กล้าพูดคุยเกี่ยวกับการเดินทางทางจิต
วิญญาณของเราอย่างเปิดเผย อย่างไรก็ตาม เป็นครั้งคราว
เราก็ได้รับพรด้วยคำพยานที่น่าทึ่งที่ยืนยันถึงพลังที่ปลดปล่อยออกมาเมื่อเราอธิษฐาน

ในสัปดาห์ที่ท้าทายนี้ ทั้งฉันและศิษยาภิบาลของฉันได้พบกับพลังอันล้ำลึกนี้
และฉันอยากจะแบ่งปันประสบการณ์นี้เพื่อเป็นกรณีศึกษาเกี่ยวกับธรรมชาติของการอธิษฐา
น

เมื่อไม่นานนี้ ฉันกับศิษยาภิบาลได้สนทนากันเกี่ยวกับการวิงวอน ศิษยาภิบาลเล่าถึง
เหตุการณ์หนึ่งเมื่อช่วงเช้าของวันนั้นว่า
ศิษยาภิบาลรู้สึกซาบซึ้งใจอย่างมากกับการทรงสถิตของพระเจ้า

เขาแน่ใจว่ามีใครบางคนคอยช่วยเหลือเขาในการอธิษฐาน
ความรู้ที่ว่ามีผู้อื่นคอยสนับสนุนเขาในการเดินทางทางจิตวิญญาณทำให้เขามีความสุขอย่างล้นเหลือ

นี่เป็นเพียงตัวอย่างของการเปิดเผยสุดพิเศษที่พระเจ้าเตรียมไว้สำหรับเรา

ไม่กี่วันต่อมา ลูกชายของฉันมีภาวะแทรกซ้อนร้ายแรงจากโรคเบาหวานประเภท 1
จนต้องเข้ารักษาตัวในโรงพยาบาล อาการของเขาแย่ลงตลอดทั้งวัน กินอาหารไม่ได้
และอาเจียนอย่างต่อเนื่อง ระดับน้ำตาลในเลือดของเขาพุ่งสูงขึ้น
และแม้ว่าฉันจะฉีดอินซูลินแล้ว ฉันก็ไม่สามารถทำให้เขามีอาการคงที่ได้

เวลา 17.00 น. ฉันได้รับคำสั่งให้รีบนำเขาส่งโรงพยาบาลเด็กในบอสตัน
โดยหวังเป็นอย่างยิ่งว่าเขาจะยังมีสติอยู่ตลอดการเดินทาง
เมื่อมาถึงโรงพยาบาล เขาอ่อนแรงมากจนต้องนั่งรถเข็น อ้อนวอนขอน้ำอย่างสุดใจ
แต่ก็ไม่สามารถดื่มได้แม้แต่น้อย

เวลาผ่านไปในขณะที่ทีมฉุกเฉินทำงานอย่างไม่รู้จักเหน็ดเหนื่อย
ในขณะที่ฉันต้องอดทนฟังลูกชายร้องขอน้ำเกลือแร่ โดยที่รู้ดีว่าแพทย์ห้ามแม้แต่น้ำแข็ง
เพราะอาจทำให้สภาพของเขาแย่ลง
ฉันรู้สึกเสียใจแทนเขาที่ต้องเผชิญภาวะกรดคีโตนในเลือดจากเบาหวานชนิดไม่รุนแรง
(DKA) และแหล่งน้ำเดียวที่เขาสามารถให้น้ำเกลือได้คือการให้น้ำทางเส้นเลือด

เมื่อถึงเวลาเที่ยงคืน เขาก็ถูกย้ายจากห้องฉุกเฉินไปยังห้องไอซียูระดับกลางบนชั้น 11
ซึ่งเรียกกันด้วยความรักใคร่ว่าห้อง "เพนท์เฮาส์" เนื่องจากสามารถ
มองเห็นวิวเส้นขอบฟ้าของเมืองได้และมีที่นั่งริมหน้าต่างที่แสนสบายให้พ่อแม่ได้พักผ่อน
อย่างไรก็ตาม คืนนั้น แทบไม่ได้พักผ่อนเลย
เป็นเวลาตีสามกว่าฉันจะรู้ว่าลูกชายของฉันไม่อยู่ในอันตรายอีกต่อไปแล้ว
แม้ว่าห้องจะยังคงคึกคักไปด้วยกิจกรรมต่างๆ ก็ตาม

ในที่สุด ขณะที่เขากำลังหลับ ฉันพบว่าตัวเองเอนกายลงบนที่นั่งติดหน้าต่าง รู้สึกอ่อนล้า
เหนื่อยล้า และโดดเดี่ยว สายตาของฉันจับจ้องไปที่หลังคาบ้านเรือนในเมือง

และแม้ว่าฉันจะเหนื่อยล้า ฉันก็ยังพยายามสวดภาวนา ก่อนหน้านั้นในคืนนั้น
ฉันได้ขอให้เพื่อนๆ ช่วยเหลือ
และคำอธิษฐานของพวกเขาช่วยให้ฉันสงบสติอารมณ์ได้ท่ามกลางความโกลาหล

การแทรกแซงจากพระเจ้าในยามรุ่งอรุณ

เวลาตี 5 ฉันก็สะดุ้งตื่นขึ้นอย่างกะทันหัน ฉันมองไปรอบๆ สงสัยว่าอะไรทำให้ฉันตื่นขึ้น แต่สุดท้ายก็พบว่าฉันอยู่คนเดียวในห้อง ฉันเดินไปที่ข้างเตียงของลูกชายอย่างรวดเร็ว และพบว่าเขานอนหลับสนิท โดยมีอุปกรณ์ทางการแพทย์ล้อมรอบอยู่ ได้แก่ สายน้ำเกลือที่ฉีดอินซูลินอย่างต่อเนื่อง เครื่องวัดสัญญาณชีพ และแสงสีแดงเล็กๆ ที่ฉายออกมาจากนิ้ว สุนัขตุ๊กตาตัวโปรดของเขาชื่อ "สปาร์กี้" นอนอยู่ข้างๆ เขา เป็นเพื่อนที่ซื่อสัตย์ตลอดช่วงเวลาแห่งความยากลำบากนี้

ฉันกลับมานั่งที่หน้าต่าง มองออกไปยังเมืองที่กำลังตื่นขึ้น รุ่งอรุณนั้นสัญญาว่าจะงดงาม แต่ฉันไม่รู้สึกอะไรเลยนอกจากความเหนื่อยล้าและความทุกข์ทรมาน จากนั้น
การเปลี่ยนแปลงที่จับต้องได้ก็โอบล้อมฉันไว้—
การประทับอยู่ของพระเจ้าอันน่าอัศจรรย์เข้ามาในห้อง
บรรยากาศเปลี่ยนไปเมื่อฉันสัมผัสได้ว่าพระเยซูเสด็จเข้ามา "ถึงเวลาตื่นแล้ว" พระองค์ตรัส "เราจะค้ำจุนเจ้า"

ในขณะนั้น
พระวิญญาณบริสุทธิ์ทรงนำข้าพเจ้าไปนึกถึงวิดีโออันทรงพลังที่ข้าพเจ้าได้ชมที่โบสถ์เมื่อสัปดาห์ก่อน
วิดีโอดังกล่าวเป็นภาพสามีที่อุทิศตนเพื่อไปเยี่ยมภรรยาที่เป็นอัมพาตบนดาดฟ้าของโรงพยาบาลในยามรุ่งสาง
เขาอุ้มเธอออกจากรถเข็นอย่างอ่อนโยนเพื่อที่พวกเขาจะได้ถ่ายภาพพระอาทิตย์ขึ้น
เธออ่อนแอมากจนไม่สามารถกดปุ่มกล้องได้
และเขาใช้มือของเขาปิดมือของเธออย่างรักใคร่ขณะที่พวกเขาถ่ายรูปร่วมกัน
วิดีโอดังกล่าวเป็นสัญลักษณ์ที่สะเทือนอารมณ์ถึงความรักอันไม่สั่นคลอนของพระคริสต์
ซึ่งคอยประคองเราไว้เมื่อเรารู้สึกอ่อนแอและไม่สามารถทำอะไรได้

ความทรงจำนี้ทำให้ฉันรู้สึกซาบซึ้งใจอย่างลึกซึ้ง
ฉันรู้สึกราวกับว่ากำลังยืนอยู่ในโรงพยาบาลแห่งนั้น บนชั้นบนสุด มองดูหลังคาบ้าน
รู้สึกไร้เรี่ยวแรงและเปราะบางไม่แพ้ผู้หญิงคนนั้น
ฉันไม่สามารถทำอะไรเพื่อรักษาลูกชายของฉันได้เลย หรือรวบรวมความเข้มแข็งเพื่ออดทน
แต่พระเยซูเสด็จมาหาฉันในห้องของโรงพยาบาลนั้น
ทรงโอบอุ้มฉันไว้ในอ้อมอกของพระองค์

ขณะที่ฉันเฝ้าดูพระอาทิตย์ขึ้น น้ำตาก็ไหลออกมาไม่หยุด
ฉันรู้สึกซาบซึ้งใจกับความรักของพระองค์
พระองค์ทรงเตรียมฉันให้พร้อมสำหรับสิ่งที่จะเกิดขึ้นในอนาคตอย่างงดงามเพียงใด
และพระองค์ทรงประทับอยู่ในจิตวิญญาณของฉันอย่างทรงพลังเพียงใด แม้กระทั่งทุกวันนี้
ก็ยังยากที่จะเล่าถึงประสบการณ์นั้นโดยไม่รู้สึกซาบซึ้ง!

โชคดีที่ลูกชายของฉันหายเป็นปกติในวันรุ่งขึ้น
และเรากลับบ้านด้วยความขอบคุณสำหรับการรักษาของเขา
และคำอธิษฐานนับไม่ถ้วนที่เพื่อน ๆ ผู้อ่าน และผู้นำคริสตจักรขอเพื่อเขา อย่างไรก็ตาม
ความประหลาดใจไม่ได้หยุดเพียงแค่นั้น

เช้าวันรุ่งขึ้นที่โบสถ์ ฉันได้คุยกับศิษยาภิบาลอีกครั้ง
เขาได้ยินเรื่องการพบกันครั้งพิเศษของฉันกับพระเยซูในโรงพยาบาลตอนตี 5
และตั้งใจจะมาเยี่ยมเราแต่ทำไม่ได้ เขาเปิดเผยว่าเวลาตี 4.58 น. ของเช้าวันนั้นเอง
พระเจ้าทรงปลุกเขาขึ้นมาโดยไม่คาดคิด เขาถามว่า "ฉันควรอธิษฐานเผื่อใคร"
ซึ่งพระเจ้าตอบว่า "ครอบครัวเพอร์กินส์" และเขาก็อธิษฐาน

ในขณะนั้นเองที่พระเยซูเสด็จมาที่ห้องของฉันในโรงพยาบาลเพื่อทรงรักษาลูกชายของฉันแ
ละให้กำลังใจแก่ฉัน

ความสอดคล้องอัศจรรย์ของการอธิษฐาน

การได้เห็นการทำงานที่สอดประสานกันของพระเจ้าทั้งในผู้วิงวอนและผู้รับคำอธิษฐานนั้น
ช่างหายากยิ่งนัก! นี่เป็นพยานหลักฐานที่ทรงพลังถึงความจริงที่พบในพระคัมภีร์

เราไม่ได้อยู่คนเดียว คำอธิษฐานของเรามีความสำคัญและมีน้ำหนัก ทุกครั้งที่เราอธิษฐาน เราสร้างชีวิตที่เอื้อเฟื้อต่อผู้ที่เปราะบางและตอบสนองความต้องการของคนอื่นๆ

ความขัดแย้งในการวิงวอนคือ เราปรารถนาที่จะแสดงให้เห็นถึงความชอบธรรม ความเข้มแข็ง และประสิทธิผลในการอธิษฐานตามที่เจมส์พูดถึง อย่างไรก็ตาม โรม 8:26 เตือนเราว่าแม้แต่ผู้ที่อธิษฐานก็อ่อนแอเช่นเดียวกับผู้ที่เราอธิษฐานเผื่อ! พระวิญญาณบริสุทธิ์ทรงช่วยเหลือเราในความอ่อนแอของเรา ทรงชี้นำเราเมื่อเรามีปัญหาในการเปล่งเสียงอธิษฐาน ทรงเตือนเราว่าการอธิษฐานอย่างมีสติเป็นสิ่งที่สำคัญที่สุด

ผ่านทางความร่วมมืออันศักดิ์สิทธิ์นี้ พระเยซูผู้ทรงเข้าใจความคิดของพระวิญญาณ ความปรารถนาของหัวใจเรา และพระประสงค์ของพระเจ้า ทรงประสานองค์ประกอบเหล่านี้เข้าด้วยกันเพื่อประทานคำตอบที่ไม่เพียงแต่ดีเท่านั้น แต่ยังเป็นพรแก่ทุกคนที่มีส่วนเกี่ยวข้องอย่างล้ำลึกอีกด้วย พระองค์เท่านั้นที่เป็นที่มาของความชอบธรรม พลัง และประสิทธิผลในการอธิษฐานของเรา

การผจญภัยครั้งแรกของชาร์ลส์ ฟินนีย์ กับคำอธิษฐานที่ทรงชัยชนะ

"ด้วยวิธีนี้...."

“ฉันไม่เห็นว่าพระเจ้าทรงตอบคำอธิษฐานของพวกเขา”
“ข้าพเจ้ารู้สึกประหลาดใจเป็นอย่างยิ่งที่คำอธิษฐานที่ข้าพเจ้าได้ฟังเป็นประจำทุกสัปดาห์นั้น
ไม่ได้รับคำตอบแต่อย่างใด แท้จริงแล้ว
ข้าพเจ้าเข้าใจจากคำอธิษฐานของพวกเขาและจากคำพูดอื่นๆ ในการประชุมของพวกเขาว่า
ผู้ที่อธิษฐานไม่ถือว่าคำอธิษฐานเหล่านั้นได้รับคำตอบ”

เมื่อฉันอ่านพระคัมภีร์
ฉันได้เรียนรู้ว่าพระคริสต์ตรัสเกี่ยวกับการอธิษฐานและคำตอบของการอธิษฐานอย่างไร
พระองค์ตรัสว่า “จงขอแล้วจะได้รับ จงแสวงหาแล้วคุณจะพบ
จงเคาะแล้วพระองค์จะทรงเปิดให้แก่ท่าน เพราะทุกคนที่ขอก็จะได้รับ
และทุกคนที่แสวงหาก็พบ และทุกคนที่เคาะก็จะเปิดให้แก่พวกเขา”
ฉันยังอ่านสิ่งที่พระคริสต์ทรงยืนยันด้วยว่า
พระเจ้าเต็มพระทัยที่จะประทานพระวิญญาณบริสุทธิ์แก่ผู้ที่ขอพระองค์มากกว่าที่พ่อแม่ทาง
โลกจะให้ของขวัญที่ดีแก่ลูกๆ ของพวกเขา

ฉันได้ยินพวกเขาอธิษฐานขอการหลั่งไหลของพระวิญญาณบริสุทธิ์อยู่เสมอ
และไม่ค่อยได้สารภาพว่าพวกเขาไม่ได้รับสิ่งที่พวกเขาขอ

พวกเขาเตือนกันให้ตื่นขึ้นและมีส่วนร่วม และสวดภาวนาอย่างจริงจังเพื่อการฟื้นฟูศาสนา
โดยยืนยันว่าหากพวกเขาทำหน้าที่ของตน สวดภาวนาเพื่อการเทลงมาของพระวิญญาณ
และสวดภาวนาอย่างจริงจัง พระวิญญาณของพระเจ้าจะถูกเทลงมา
พวกเขาจะมีการฟื้นฟูศาสนา และผู้ที่ยังไม่สำนึกผิดจะกลับใจใหม่
แต่ในการสวดภาวนาและการประชุม
พวกเขาจะสารภาพอย่างต่อเนื่องว่าพวกเขาไม่ได้ก้าวหน้าในการฟื้นฟูศาสนาเลย

ความไม่สอดคล้องกันนี้ ความจริงที่ว่าพวกเขาสวดภาวนามากเกินไปแต่ก็ไม่ได้รับคำตอบ
เป็นอุปสรรคที่น่าเศร้าสำหรับฉัน ฉันไม่รู้ว่าจะทำอย่างไรกับมัน

ฉันเกิดคำถามในใจว่า ฉันควรจะเข้าใจว่าบุคคลเหล่านี้ไม่ใช่คริสเตียนอย่างแท้จริง
และเพราะฉะนั้นจึงไม่สามารถเอาชนะพระเจ้าได้
หรือฉันเข้าใจผิดเกี่ยวกับคำสัญญาและคำสอนในพระคัมภีร์เกี่ยวกับเรื่องนี้
หรือฉันสรุปเอาเองว่าพระคัมภีร์ไม่เป็นความจริง มีบางอย่างที่อธิบายไม่ได้สำหรับฉัน
และดูเหมือนว่าครั้งหนึ่งมันเกือบจะทำให้ฉันเกิดความสงสัย
ดูเหมือนว่าคำสอนในพระคัมภีร์ไม่สอดคล้องกับข้อเท็จจริงที่อยู่ตรงหน้าฉันเลย

ครั้งหนึ่งเมื่อผมอยู่ในที่ประชุมอธิษฐาน ผมถูกถามว่าผมไม่ต้องการให้พวกเขา
อธิษฐานเพื่อผมหรือ ผมตอบว่าไม่
เพราะผมไม่เห็นว่าพระเจ้าทรงตอบคำอธิษฐานของพวกเขา

ฉันพูดว่า "ฉันคิดว่าฉันจำเป็นต้องได้รับการอธิษฐานเผื่อ เพราะฉันรู้ตัวว่าฉันเป็นคนบาป
แต่ฉันไม่เห็นว่ามันจะเป็นประโยชน์อะไรกับคุณเลยที่จะอธิษฐานเผื่อฉัน
เพราะคุณขออยู่เรื่อยๆ แต่คุณไม่ได้รับ
คุณอธิษฐานขอให้ศาสนากลับมามีชีวิตชีวาอีกครั้งตั้งแต่ฉันอยู่ในอาดัมส์ แต่คุณไม่ได้รับ
คุณอธิษฐานขอให้พระวิญญาณบริสุทธิ์เสด็จลงมาบนตัวคุณ แต่กลับบ่นว่าตัวเองผอมแห้ง"
ฉันจำได้ว่าเคยใช้สำนวนนี้ในตอนนั้น
"คุณอธิษฐานมาเพียงพอแล้วตั้งแต่ฉันเข้าร่วมการประชุมเหล่านี้ที่จะอธิษฐานให้ปีศาจออก

จากอาดัมส์ หากคำอธิษฐานของคุณมีคุณธรรมใดๆ แต่คุณยังคงอธิษฐานต่อไป และยังคงบ่นอยู่” ฉันพูดอย่างจริงจัง และค่อนข้างหงุดหงิดเล็กน้อย ฉันคิดว่าเป็นผลจากการที่ฉันเผชิญหน้ากับความจริงทางศาสนาอย่างต่อเนื่อง ซึ่งเป็นสถานการณ์ใหม่สำหรับฉัน

แต่เมื่ออ่านพระคัมภีร์ต่อไป ฉันก็เริ่มคิดว่า
เหตุผลที่คำอธิษฐานของพวกเขาไม่ได้รับคำตอบ
เป็นเพราะว่าพวกเขาไม่ปฏิบัติตามเงื่อนไขที่พระเจ้าทรงสัญญาว่าจะตอบคำอธิษฐาน
พวกเขาไม่ได้อธิษฐานด้วยความศรัทธา ไม่คาดหวังว่าพระเจ้าจะประทานสิ่งที่พวกเขาขอ

ความคิดนี้ผุดขึ้นในใจฉันราวกับเป็นคำถามที่สับสน
ไม่ใช่เป็นคำถามที่แน่ชัดที่สามารถอธิบายออกมาเป็นคำพูดได้ อย่างไรก็ตาม
ความคิดนี้ทำให้ฉันรู้สึกโล่งใจเมื่อต้องตั้งคำถามเกี่ยวกับความจริงของพระกิตติคุณ
และหลังจากพยายามคิดเช่นนั้นอยู่ สองสามปี ฉันก็รู้สึกแน่ชัดว่าไม่ว่าจะมีความสับสนใดๆ
เกิดขึ้นก็ตาม ไม่ว่าจะเป็นในใจของฉันเอง ในใจของศิษยาภิบาล หรือในใจของคริสตจักร
พระคัมภีร์ก็ยังคงเป็นพระวจนะที่แท้จริงของพระเจ้า

เมื่อได้ข้อสรุปแล้ว ฉันก็ต้องเผชิญหน้ากับคำถามที่ว่า
ฉันจะยอมรับพระคริสต์ตามที่ปรากฏในพระกิตติคุณ หรือจะดำเนินชีวิตแบบโลกๆ
ในช่วงเวลานี้
จิตใจของฉันได้รับการดลใจจากพระวิญญาณบริสุทธิ์มากจนไม่อาจปล่อยให้คำถามนี้คลี่คลายได้นานนัก
และฉันก็ไม่อาจลังเลใจระหว่างแนวทางชีวิตสองแนวทางที่ฉันได้รับอีกต่อไป”
Charles Finney , *Memoirs*

ข้อสังเกตบางประการ

ฟินนีย์ตระหนักดีว่าเขาจำเป็นต้องอธิษฐาน
แต่ไม่สนใจคนที่อธิษฐานให้เขาเพราะคำอธิษฐานของพวกเขาไม่ได้รับคำตอบ
เมื่อเขาคิดถึงประสบการณ์นั้นในภายหลัง
เขาก็ตระหนักว่าคนเหล่านี้ที่จริงใจและมีจิตใจดีไม่รู้จักวิธีอธิษฐาน

ไม่เคยเรียนรู้ว่าพระคัมภีร์สอนอย่างไรเกี่ยวกับการอธิษฐาน
และไม่เคยคาดหวังคำตอบด้วย!
ฉันสงสัยว่ามีกี่คนที่อธิษฐานโดยไม่รู้ว่าพระคัมภีร์สอนอะไรเกี่ยวกับเรื่องนี้
และไม่ได้รับคำตอบในสมัยนี้
ฉันสงสัยว่ามีกี่คนที่อธิษฐานโดยไม่คาดหวังว่าจะได้รับคำอธิษฐานของพวกเขา
มากเกินไปเท่าที่ฉันบอกได้!

ชีวประวัติของ Laubach, Frank Charles (1884-1970)

มิชชันนารีประจำคริสตจักรและอัครสาวกแห่งการรู้หนังสือระดับโลก

แฟรงค์ ชาลส์ เลาบัค (2 กันยายน พ.ศ. 2427 – 11 มิถุนายน พ.ศ. 2513) จากเบนตัน รัฐเพนซิลเวเนีย เป็นมิชชันนารีคริสเตียนคองเกรเกชันนัลที่ได้รับการศึกษาจาก Union Theological Seminary และมหาวิทยาลัยโคลัมเบีย และเป็นนักลึกลับที่รู้จักกันในชื่อ "อัครสาวกของผู้ไม่รู้หนังสือ"

ในปี 1915 (ดู Laubach, Thirty Years With the Silent Billion) ขณะที่ทำงานท่ามกลางชาวมุสลิมในพื้นที่ห่างไกลในฟิลิปปินส์ เขาได้พัฒนาโปรแกรมการเรียนรู้ภาษา "Each One Teach One" ซึ่งใช้ในการสอนให้ผู้คนประมาณ 60 ล้านคนสามารถอ่านหนังสือในภาษาของตนเองได้ เขากังวลอย่างยิ่งเกี่ยวกับความยากจน ความอยุติธรรม และการไม่รู้หนังสือ และมองว่าสิ่งเหล่านี้เป็นอุปสรรคต่อสันติภาพในโลก

ในปี 1955 เขาได้ก่อตั้ง Laubach Literacy
ซึ่งช่วยแนะนำชาวอเมริกันประมาณ 150,000 คนให้รู้จักการอ่านในแต่ละปี
และได้ขยายตัวออกไปสู่ประเทศกำลังพัฒนา 34 ประเทศ คาดว่ามีผู้คนทั่วโลกประมาณ
2.7 ล้านคนที่เรียนรู้การอ่านผ่านโครงการที่เกี่ยวข้องกับ Laubach[2] ในปี
2002 กลุ่มนี้ได้รวมเข้ากับ Literacy Volunteers of America, Inc.
เพื่อก่อตั้ง Pro Literacy Worldwide

ในช่วงบั้นปลายชีวิต
เลาบัคเดินทางไปทั่วโลกเพื่อบรรยายในหัวข้อการรู้หนังสือและสันติภาพโลก
เขาเป็นผู้ประพันธ์งานเขียนเกี่ยวกับศาสนาและงานเกี่ยวกับการรู้หนังสือหลายชิ้น

ผลงานการอุทิศตนที่มีอิทธิพลมากที่สุดชิ้นหนึ่งของเขาคือแผ่นพับชื่อว่า "เกมกับนาที"
ในแผ่นพับนั้น
เลาบัคกระตุ้นให้คริสเตียนพยายามนึกถึงพระเจ้าอย่างน้อยหนึ่งวินาทีในทุกนาทีของวัน
ด้วยวิธีนี้
คริสเตียนจึงสามารถพยายามอธิษฐานอย่างสม่ำเสมอตามที่กล่าวไว้ในจดหมายฉบับแรกถึง
ชาวเทสซาโลนิกา
แผ่นพับดังกล่าวยกย่องคุณธรรมของการใช้ชีวิตด้วยการมุ่งเน้นที่พระเจ้าอย่างไม่หยุดยั้ง
ความเข้าใจของเลาบัคมาจากการทดลองอธิษฐานของเขาซึ่งมีรายละเอียดอยู่ในจดหมายของ
เขาที่ตีพิมพ์ภายใต้ชื่อ Letters by a Modern Mystic

Laubach
เป็นมิชชันนารีชาวอเมริกันเพียงคนเดียวที่ได้รับเกียรติบนแสตมป์ของสหรัฐอเมริกา
ซึ่งเป็นแสตมป์ชุด Great Americans ราคา 30 เซ็นต์ในปี 1984

Laubach มีความสนใจอย่างลึกซึ้งเกี่ยวกับประเทศฟิลิปปินส์ เขาเขียนชีวประวัติของวีรบุรุษประจำชาติฟิลิปปินส์ โฮเซ รีซัล: มนุษย์ และพลีชีพ ซึ่งตีพิมพ์ในมะนิลาในปี 1936 นอกจากนี้ เขายังแปลบทกวีอำลาของวีรบุรุษผู้นี้ที่มีชื่อว่า "Mi Ultimo Adios" (คำอำลาครั้งสุดท้ายของฉัน) อีกด้วย บทกวีของเขาได้รับการจัดอันดับเป็นอันดับสองในด้านแนวคิด เนื้อหา สัมผัส และรูปแบบจากผลงานแปลภาษาอังกฤษ 35 ชิ้นในคอลเลกชันเดียวกัน

เขาเป็นผู้บุกเบิกวรรณกรรมของชาวมารานาโอ เขาเขียนว่า:

ชาวโมโรแห่งทะเลสาบลาเนามีวรรณกรรมที่อุดมสมบูรณ์อย่างน่าอัศจรรย์ โดยเฉพาะอย่างยิ่งเนื่องจากวรรณกรรมเหล่านี้มีอยู่เพียงในความทรงจำของผู้คนเท่านั้น และเพิ่งได้รับการบันทึกเป็นลายลักษณ์อักษร วรรณกรรมเหล่านี้ประกอบด้วยบทกวีและโคลงกลอน โดยเน้นที่มหากาพย์เป็นหลัก

การเน้นย้ำถึงการใช้ Easy English เพื่อการรู้หนังสือของเขานำไปสู่การพัฒนาเอกสารเผยแพร่ศาสนาโดยใช้คำศัพท์พื้นฐานของเขาที่เรียกว่า SOON! โดย WEC International ในปี 1962 ซึ่งพิมพ์ประมาณ 3 ล้านฉบับต่อปีและจัดส่งทั่วโลกทางไปรษณีย์

จนกระทั่งหยุดพิมพ์ในปี 2015 นอกจากนี้ เขายังได้ฝึกอบรมอดีตมิชชันนารี Fred Morris ในการใช้ Worldwide Easy English

สำหรับคำอธิบายการสอนพระคัมภีร์ของเขาที่เขียนในสหรัฐอเมริกาในช่วงทศวรรษ 1990 และจัดพิมพ์โดย Manna Publications (สหราชอาณาจักร) ตั้งแต่ปี 2000

บทที่ 1: การอธิษฐานเพื่อผู้นำโลก

หัวข้อหลัก:

- โลกนี้เปราะบาง และถ้าไม่มีพระเจ้าเข้ามาแทรกแซง เราก็มีความเสี่ยงที่จะเกิดสงครามและการทำลายล้าง
- ผู้นำกำลังตัดสินใจที่มีผลกระทบต่อคนนับล้าน และพวกเขาต้องการปัญญาจากพระเจ้า
- วิกฤตการณ์ระดับโลกในอดีตหลายครั้งอาจหลีกเลี่ยงได้หากมีผู้คนอธิษฐานมากขึ้น
- การอธิษฐานสามารถส่งผลต่อผู้นำได้โดยทางอ้อม โดยการเปิดใจและจิตใจของพวกเขาให้รับการทรงนำของพระเจ้า

พลังแห่งการอธิษฐานในการเป็นผู้นำ

กะลาสีเรือคนหนึ่งเคยกล่าวไว้ในช่วงสงครามโลกครั้งที่ 2 ว่า "พวกเราต้องอธิษฐานให้หนักเข้าไว้ ไม่งั้นเรือลำนี้คงระเบิดแน่" คำพูดนี้ไม่ได้หมายความถึงช่วงเวลาหนึ่งในประวัติศาสตร์เท่านั้น แต่ยังใช้ได้กับโลกทั้งใบของเราในปัจจุบันด้วย ประเทศต่างๆ แตกแยก ความขัดแย้งยังคงดำเนินต่อไป และการตัดสินใจในระดับสูงสุดส่งผลกระทบต่อชีวิตของผู้คนนับล้าน หลายคนเชื่อว่าผู้นำทางการเมืองมีอำนาจสูงสุด แต่ความจริงก็คือ พระเจ้าทรงกุมอนาคตไว้ในพระหัตถ์ของพระองค์ เมื่อเราอธิษฐาน เราไม่ได้แค่กล่าวถ้อยคำแห่งความหวังเท่านั้น แต่เรากำลังกระตุ้น **พลังที่ยิ่งใหญ่ที่สุดในโลก** ผู้นำจำเป็นต้องมีปัญญาที่เหนือความเข้าใจของตนเอง และมีเพียงการแทรกแซงจากพระเจ้าเท่านั้นที่จะชี้นำพวกเขาให้กระทำด้วยความชอบธรรมและความยุติธรรม

"พระทัยของกษัตริย์อยู่ในพระหัตถ์ของพระเจ้า พระองค์ทรงกำหนดพระทัยของพระองค์เหมือนลำธารที่พระองค์พอพระทัย" — สุภาษิต 21:1

โลกที่อยู่ในภาวะวิกฤติเรียกร้องให้โลกอยู่ในการอธิษฐาน

เมื่อมองไปรอบๆ ในปัจจุบัน เราจะเห็นความไม่มั่นคงทางการเมือง สงคราม วิกฤตเศรษฐกิจ และการเสื่อมถอยทางศีลธรรม ความจำเป็นในการได้รับการชี้นำจากพระเจ้าไม่เคยมากเท่านี้มาก่อน ปัญหาคือ ในขณะที่หลายคนรู้สึกทุกข์ใจเกี่ยวกับเหตุการณ์ต่างๆ ในโลก แต่มีเพียงไม่กี่คนที่ลงมือทำอะไรบางอย่างผ่านการสวดมนต์

ลองนึกภาพว่าจะเกิดอะไรขึ้นหาก **ผู้คนนับล้านอธิษฐานขอพรผู้นำโลกทุกวัน** ขอปัญญา ขอความยุติธรรม ขอสันติภาพ เช่นเดียวกับแม่น้ำที่ก่อตัวจากหยดน้ำนับไม่ถ้วน **คลื่นแห่งการอธิษฐานทั่วโลกก็สามารถนำมาซึ่งการเปลี่ยนแปลง** ได้

"หากประชากรของเราซึ่งเรียกขานตามพระนามของเรา ยอมถ่อมใจและอธิษฐาน และแสวงหาพระพักตร์ของเรา และหันกลับจากแนวทางที่ชั่วร้ายของพวกเขา เราก็จะได้ยินมาจากสวรรค์ และจะอภัยบาปของพวกเขา และจะรักษาแผ่นดินของพวกเขา" — 2 พงศาวดาร 7:14

ถึงเวลาแล้วสำหรับ **การเคลื่อนไหวการอธิษฐาน** ที่จะส่งผลต่อความคิดและการตัดสินใจของผู้ที่มีอำนาจ

วิธีการอธิษฐานเพื่อผู้นำโลก

หลายๆ คนสงสัยว่า: *คำอธิษฐานเล็กๆ น้อยๆ ของฉันจะมีผลกระทบต่อเหตุการณ์สำคัญๆ ของโลกได้อย่างไร* ความจริงก็คือ

พระเจ้าทรงทำงานผ่านการอธิษฐานในรูปแบบที่เรามองไม่เห็น

นี่คือวิธีที่เราสามารถอธิษฐานเพื่อผู้นำโลกได้อย่างมีประสิทธิผล:

1. **ขออธิษฐานให้มีปัญญาและความซื่อสัตย์**
    - ขอให้พระเจ้าทรงประทานสติปัญญาแก่ผู้นำในการตัดสินใจที่ยุติธรรมและชอบธรรม
    - ขอให้เขาทั้งหลายประพฤติตนด้วยความซื่อสัตย์ สุจริต และยุติธรรม
2. **ขออธิษฐานให้มีใจเมตตา**
    - ผู้นำมีอำนาจที่จะช่วยเหลือหรือทำร้ายผู้คนนับล้านได้ โปรดอธิษฐานให้พวกเขาดำเนินการด้วยความรักและความห่วงใยต่อทุกคน ไม่ใช่แค่เพื่อผลประโยชน์ทางการเมืองเท่านั้น
3. **ขอพรให้แคล้วคลาดจากอิทธิพลชั่วร้าย**
    - ผู้นำหลายคนต้องเผชิญกับแรงกดดันจากที่ปรึกษาที่ฉ้อฉลและบุคคลที่กระหายอำนาจ ขอให้พระเจ้าทรงโอบล้อมพวกเขาด้วย **ความจริงและความ** ชอบธรรม
4. **ขออธิษฐานให้เกิดสันติภาพและความสามัคคีในหมู่ประชาชาติ**
    - ขอให้พระเจ้าทรงชี้นำผู้นำไปสู่การทูต สนธิสัญญาสันติภาพ และความสามัคคี แทนที่จะเป็นสงครามและความแบ่งแยก
5. **ขออธิษฐานให้มีความกล้าที่จะยืนหยัดเพื่อสิ่งที่ถูกต้อง**
    - ผู้นำบางคนรู้ว่าอะไรถูกต้องแต่กลัวที่จะลงมือทำ จงอธิษฐานว่าพวกเขาจะมีความกล้าที่จะยืนหยัดเพื่อความยุติธรรม แม้ว่าความยุติธรรมจะไม่เป็นที่นิยมก็ตาม

แผนปฏิบัติการ: คุณสามารถสร้างความแตกต่างได้อย่างไร

ในตอนท้ายของแต่ละบท เรามาลองปฏิบัติ **ตามขั้นตอนปฏิบัติ** เพื่อนำสิ่งที่เราเรียนรู้ไปใช้ นี่คือวิธีที่คุณสามารถเริ่มอธิษฐานเพื่อผู้นำโลกได้ตั้งแต่วันนี้:

- **ตั้งคำเตือนในการสวดภาวนา –**
  เลือกเวลาเฉพาะในการสวดภาวนาให้ผู้นำโลกในแต่ละวัน อาจเป็นตอนเช้า ตอนเที่ยง หรือก่อนนอน

- **อธิษฐานขณะดูข่าว –** แทนที่จะรู้สึกหงุดหงิดหรือหมดหนทาง ให้เปลี่ยนเรื่องราวข่าวทุกเรื่องให้เป็นคำอธิษฐาน

- **เริ่มกลุ่มอธิษฐาน –**
  รวบรวมเพื่อนหรือครอบครัวเพื่ออธิษฐานเผื่อผู้นำทุกสัปดาห์

- **เขียนถึงผู้นำและแจ้งให้พวกเขาทราบว่าคุณกำลังอธิษฐานเผื่อคุณ –**
  จดหมายหรืออีเมลง่ายๆ ที่บอกว่า *"ฉันกำลังอธิษฐานเผื่อคุณ"* สามารถสร้างกำลังใจให้กับพวกเขาได้

- **ใช้คำอธิษฐานตามพระคัมภีร์ –** อธิษฐานข้อพระคัมภีร์เหนือผู้นำ (เช่น สุภาษิต 21:1, 1 ทิโมธี 2:1-2)

คำถามสะท้อนความคิด:

1. ฉันอธิษฐานเพื่อผู้นำของประเทศฉันบ่อยแค่ไหน?
2. ฉันเชื่อหรือไม่ว่าคำอธิษฐานของฉันสามารถส่งผลต่อทิศทางของประเทศของฉันได้
3. ฉันสามารถอุทิศเวลาอธิษฐานให้ผู้นำคนใดเป็นพิเศษในสัปดาห์นี้ได้บ้าง?
4. ฉันจะสนับสนุนคนอื่นๆ ให้อธิษฐานเพื่อผู้นำโลกได้อย่างไร

ส่วนการบันทึกประจำวัน:

- วันนี้ ฉันได้อธิษฐานขอพรให้กับผู้นำเหล่านี้:
- ฉันรู้สึกควรอธิษฐานเกี่ยวกับ:
- ข้อพระคัมภีร์ที่สะดุดใจฉัน:
- การเปลี่ยนแปลงที่ฉันหวังว่าจะได้เห็นผ่านการอธิษฐาน:

สรุป:

โลกกำลังอยู่ในความวุ่นวาย
และประวัติศาสตร์ได้แสดงให้เราเห็นว่าหากไม่มีการชี้นำจากพระเจ้า
ผู้นำอาจตัดสินใจที่นำไปสู่สงคราม ความทุกข์ และการทำลายล้าง ในบทนี้
เราได้รับการเตือนว่าการอธิษฐานมีพลังที่จะกำหนดทิศทางของประเทศต่างๆ
เมื่อเราอธิษฐานขอผู้นำ เราก็เชื้อเชิญปัญญา ความยุติธรรม
และสันติภาพของพระเจ้าเข้าสู่หัวใจและการตัดสินใจของพวกเขา
แทนที่จะรู้สึกไร้พลังเมื่อดูข่าว
เราสามารถมีส่วนร่วมในกิจการโลกอย่างแข็งขันผ่านการอธิษฐานที่มุ่งมั่นและสม่ำเสมอ

และการกระทำ ขั้นสุดท้าย

คุณอาจจะไม่มีวันได้เข้าไปในทำเนียบขาว รัฐสภา หรือองค์การสหประชาชาติ
แต่คำอธิษฐานของคุณ **ทำได้** คุณมีพลังที่จะเชิญพระเจ้าเข้ามามีส่วนร่วมในกิจการของโลก
เริ่มกันเลยตั้งแต่วันนี้

คุณสามารถเข้าร่วมชุมชนการเคลื่อนไหว 10 ล้านครั้งบน Facebook
ได้โดยผ่านลิงค์นี้ -

https://www.otakada.org/facebookintercessory

คุณสามารถเข้าร่วมชุมชน **Intercessors 10** ล้านคนบน **WhatsApp** ได้ผ่านลิงค์ นี้

https://www.otakada.org/whatsappintercessory

คุณสามารถเรียนรู้เกี่ยวกับผู้ประสานงานขบวนการ Intercessors จำนวน 10 ล้านคนที่ God's Eagle Ministries (GEM) ได้จากลิงค์นี้ – https://www.otakada.org

เจอกันใหม่ฝั่งหน้า!

กองทัพผู้วิงวอนของพระเจ้า (GEM) สำหรับยุคสุดท้าย!

บทที่ 2: อธิษฐานเพื่อคริสตจักร

หัวข้อหลัก:

- คริสตจักรมีบทบาทสำคัญในการนำความหวังและการรักษาให้กับโลกที่กำลังทุกข์ทรมาน
- คริสตจักรหลายแห่งมีความอ่อนแอฝ่ายวิญญาณเพราะขาดการอธิษฐานที่เป็นหนึ่งเดียวและจริงใจ
- การอธิษฐานสามารถฟื้นฟูคริสตจักรและทำให้เป็นพลังในการเปลี่ยนแปลงโลกได้
- คริสเตียนต้องสนับสนุนงานเผยแผ่ศาสนาและความพยายามในการเผยแผ่ศาสนาอย่างแข็งขันผ่านการอธิษฐานและการให้

เหตุใดคริสตจักรจึงต้องการการอธิษฐานมากกว่าที่เคย

โลกกำลังอยู่ใน **ภาวะวิกฤตทางจิตวิญญาณ** ผู้คนหลงทาง ท้อแท้
และกำลังค้นหาความหมายในชีวิต แต่คริสตจักรหลายแห่งยังคงดิ้นรน
บางแห่งอ่อนแอทางจิตวิญญาณ
ในขณะที่บางแห่งมุ่งเน้นไปที่ความบันเทิงมากกว่าการเปลี่ยนแปลงที่แท้จริง
สิ่งที่ขาดหายไปคืออะไร? **การอธิษฐาน**

พระเยซูตรัสว่า
"บ้านของเราจะได้ชื่อว่าเป็นบ้านแห่งการอธิษฐานสำหรับบรรดาประชาชาติ" (มาระโก 11:17) หากคริสตจักรกลายเป็น **บ้านแห่งการอธิษฐาน อย่างแท้จริง**
โลกก็จะเห็นการเปลี่ยนแปลงครั้งใหญ่

เทศกาลเพนเทคอสต์เริ่มต้นด้วยการอธิษฐาน
และการฟื้นฟูที่ยิ่งใหญ่ทุกครั้งในประวัติศาสตร์ก็เกิดจากการอธิษฐาน

“ถ้าเราอธิษฐาน เราก็จะเห็นปาฏิหาริย์ แต่ถ้าไม่อธิษฐาน
เราก็จะเห็นแต่ความพยายามของมนุษย์เท่านั้น”

คริสตจักรไม่ใช่เพียงอาคารเท่านั้น แต่เป็นการ **เคลื่อนไหวของผู้คนของพระเจ้า** และเพื่อให้การเคลื่อนไหว่วนี้เติบโตได้ จะต้องได้ **รับการขับเคลื่อนด้วยการ** อธิษฐาน

การอธิษฐานเปลี่ยนแปลงคริสตจักรได้อย่างไร

เมื่อประชาคมทั้งหมดมุ่งมั่นในการอธิษฐาน สิ่งเหลือเชื่อก็จะเกิดขึ้น:

1. **จิตวิญญาณแห่งความสามัคคีเติมเต็มคริสตจักร**
   - การอธิษฐานช่วยเชื่อมโยงผู้คนให้เป็นหนึ่งเดียวโดยปราศจากความแตกต่างด้านภูมิหลัง เชื้อชาติ หรือความคิดเห็นส่วนตัว
   - คริสตจักรที่อธิษฐานคือ **คริสตจักรที่เปี่ยมด้วยความรัก** ซึ่งผู้คนต่างดูแลซึ่งกันและกันอย่างลึกซึ้ง
2. **พลังของพระวิญญาณบริสุทธิ์ถูกปลดปล่อย**
   - ในวันเพ็นเทคอสต์ เหล่าสาวกได้อธิษฐานร่วมกัน และ **พระวิญญาณบริสุทธิ์ก็ทรงลงมาเหนือพวกเขาด้วยพลัง** (กิจการ 2:1-4)
   - ปาฏิหาริย์ การรักษา และการเปลี่ยนแปลงเกิดขึ้น **เมื่อผู้คนอธิษฐานด้วยความคาด** หวัง
3. **ศิษยาภิบาลและผู้นำได้รับการเสริมกำลัง**
   - ศิษยาภิบาลจำนวนมากรู้สึก **หมดไฟ ท้อแท้ และเหนื่อย** ล้า
   - **การอธิษฐานจะเสริมกำลังและสติปัญญา** ให้พวกเขาเป็นผู้นำที่มีประสิทธิผล
4. **คริสตจักรกลายเป็นประภาคารแห่งความหวัง**

- ○ เมื่อการอธิษฐานเป็นรากฐาน
  โบสถ์ก็จะกลายเป็นสถานที่แห่งการรักษาและการ เปลี่ยนแปลง
- ○ คนหลงทางจะถูกดึงดูดไปหาพระคริสต์เมื่อพวกเขาเห็น
  คริสตจักรที่มีชีวิตชีวาทางจิต วิญญาณ

วิธีการอธิษฐานเผื่อคริสตจักร

นี่คือวิธีที่เราสามารถอธิษฐานเผื่อ **คริสตจักร ศิษยาภิบาล และเพื่อนผู้เชื่อของเราได้ :**

1.อธิษฐานขอการฟื้นฟู

- ขอให้พระเจ้า **ทรงปลุกหัวใจ** และนำความหลงใหลใหม่ๆ มาสู่พระองค์
- อธิษฐานว่าคริสตจักรจะ **กล้าหาญในการประกาศความจริงและความ** รัก

2. อธิษฐานเพื่อศิษยาภิบาลและผู้นำ

- อธิษฐานขอ **สติปัญญา ความเข้มแข็ง และการปกป้องคุ้มครอง** แก่ศิษยาภิบาล
- ขอให้พระเจ้าทรงเติมพวกเขาด้วยพระวิญญาณบริสุทธิ์เพื่อที่พวกเขาจะได้เป็น
  ผู้นำด้วยความกล้า หาญ

3. อธิษฐานเพื่อความสามัคคีในหมู่ผู้เชื่อ

- ศัตรูพยายามแบ่งแยกคริสตจักร — อธิษฐานขอ **ความรักและการ** คืนดี
- ขอให้พระเจ้าทรงขจัดความเย่อหยิ่ง การนินทา
  และความขัดแย้งออกไปจากภายในคริสตจักร

4. อธิษฐานขอความหิวกระหายพระวจนะของพระเจ้า

- คริสเตียนจำนวนมากในปัจจุบันขาด **ความรู้พระคัมภีร์ ที่ลึกซึ้ง —**
  อธิษฐานขอ **ความหิวโหยทางจิต** วิญญาณ
- ขอให้พระเจ้าทรงสร้าง **สาวกที่เข้มแข็งและ** ซื่อสัตย์

5. อธิษฐานเพื่อคริสตจักรและมิชชันนารีทั่วโลก

- คริสเตียนจำนวนมากทั่วโลก **ถูกข่มเหงเพราะศรัทธาของพวก** เขา
- ขออธิษฐานให้ผู้เชื่อได้รับ **ความแข็งแกร่ง การปกป้อง และความกล้าหาญ** ในสถานที่ที่ยากลำบาก

แผนปฏิบัติการ:
ขั้นตอนในการเสริมสร้างคริสตจักรผ่านการสวดอธิษฐาน

1. **มุ่งมั่นที่จะอธิษฐานเพื่อคริสตจักรของคุณทุกวัน** – แม้เพียง 5 นาทีต่อวันก็สามารถนำมาซึ่งการเปลี่ยนแปลงได้

2. **เริ่มต้นการอธิษฐานแบบต่อเนื่อง** – รวบรวมกลุ่มเล็กๆ เพื่ออธิษฐานเพื่อคริสตจักรของคุณเป็นประจำ

3. **ให้กำลังใจศิษยาภิบาลของคุณ** – ให้พวกเขารู้ว่าคุณกำลังอธิษฐานเพื่อพวกเขา

4. **อธิษฐานเพื่อมิชชันนารีและคริสเตียนที่ถูกข่มเหง** – ขอให้พระเจ้าทรงเสริมกำลังพวกเขา

5. **ใช้คำอธิษฐานตามพระคัมภีร์** – ตัวอย่าง: *"พระเจ้า ขอทรงสร้างคริสตจักรของพระองค์ เพื่อประตูแห่งนรกจะไม่สามารถเอาชนะคริสตจักรได้"* (มัทธิว 16:18)

คำถามสะท้อนความคิด:

1. ฉันอธิษฐานเพื่อคริสตจักรและผู้นำของฉันบ่อยแค่ไหน?
2. ฉันเชื่อหรือไม่ว่าการอธิษฐานสามารถนำการฟื้นฟูมาสู่คริสตจักรของฉันได้
3. ด้านใดที่คริสตจักรของฉันต้องการการอธิษฐานมากที่สุด?
4. ฉันจะกระตุ้นให้ผู้คนอธิษฐานเพื่อคริสตจักรมากขึ้นได้อย่างไร

ส่วนการบันทึกประจำวัน:

- **วันนี้ ฉันได้อธิษฐานให้กับผู้นำคริสตจักรเหล่านี้:**
- **ความต้องการในคริสตจักรของฉันที่ฉันรู้สึกว่าควรอธิษฐานขอ:**
- **ข้อพระคัมภีร์ข้อหนึ่งที่สะดุดใจฉัน:**
- **การเปลี่ยนแปลงที่ฉันหวังว่าจะได้เห็นผ่านการอธิษฐาน:**

สรุป:

คริสตจักรเป็นเครื่องมือของพระเจ้าในการนำความหวัง การรักษา และการเปลี่ยนแปลงมาสู่โลก อย่างไรก็ตาม คริสตจักรหลายแห่งในปัจจุบันขาดไฟและพลังแห่งการอธิษฐาน ในบทนี้ เราจะสำรวจว่าเหตุใดคริสตจักรจึงต้องการการฟื้นฟู **การอธิษฐานร่วมกันอย่างเต็มเปี่ยมด้วยความรัก** และเราจะสามารถอธิษฐานเผื่อศิษยาภิบาล มิชชันนารี และผู้เชื่อทั่วโลกได้อย่างไร

และการกระทำ ขั้นสุดท้าย

อนาคต **ของคริสตจักรขึ้นอยู่กับการอธิษฐาน** การเคลื่อนไหวครั้งยิ่งใหญ่ของพระเจ้าทุกครั้งเริ่มต้นเมื่อผู้คนของพระองค์ **ถ่อมตนและอธิษฐาน** อย่าเพียงแต่ **ปรารถนาการฟื้นคืนพระชนม์ แต่จงอธิษฐานขอการฟื้นคืนพระชนม์!**

คุณสามารถเข้าร่วมชุมชนการเคลื่อนไหว 10 ล้านครั้งบน Facebook ได้โดยผ่านลิงค์นี้ -

https://www.otakada.org/facebookintercessory

คุณสามารถเข้าร่วมชุมชน **Intercessors 10** ล้านคนบน **WhatsApp** ได้ผ่านลิงค์ นี้

https://www.otakada.org/whatsappintercessory

คุณสามารถเรียนรู้เกี่ยวกับผู้ประสานงานขบวนการ Intercessors จำนวน 10 ล้านคนที่ God's Eagle Ministries (GEM) ได้จากลิงค์นี้ – https://www.otakada.org

เจอกันใหม่ฝั่งหน้า!

กองทัพผู้วิงวอนของพระเจ้า (GEM) สำหรับยุคสุดท้าย!

บทที่ 3: การอธิษฐานช่วยพระเจ้าอย่างไร

หัวข้อหลัก:

- การอธิษฐานไม่สามารถเปลี่ยนพระประสงค์ของพระเจ้าได้ แต่จะเปิดใจผู้คนให้รับการทรงนำของพระองค์
- งานวิจัยทางวิทยาศาสตร์ (เช่น โทรจิต) แสดงให้เห็นว่าจิตใจสามารถส่งอิทธิพลต่อกันได้ ส่งผลให้การอธิษฐานวิงวอนมีพลังมากขึ้น
- พระคัมภีร์สอนว่าการอธิษฐานสร้างช่องทางแห่งจิตวิญญาณที่พระเจ้าทรงใช้ทรงงาน
- คนที่ได้รับการอธิษฐานมักจะได้สัมผัสกับการนำทางจากสวรรค์โดยไม่รู้ว่ามีคนกำลังวิงวอนเพื่อพวกเขาอยู่

ความลึกลับของการอธิษฐาน: มันทำงานอย่างไร

คุณเคยคิดไหมว่า *หากพระเจ้าทรงพยายามอย่างดีที่สุดอยู่เสมอ ทำไมเราจึงต้องอธิษฐาน* ความจริงก็คือ **พระเจ้าทรงออกแบบการอธิษฐานให้เป็นหนทางให้พลังของพระองค์ไหลมาสู่โลกของ** เรา

ลองคิดดูเหมือนกับ **ไฟฟ้า** —ไฟฟ้ามีให้ใช้ตลอดเวลา แต่เราต้อง **พลิกสวิตช์** เพื่อเปิดไฟ ในทำนองเดียวกัน การอธิษฐานก็เป็น **สวิตช์ที่เปิดใช้งานพลังของพระเจ้าในสถานการณ์ต่างๆ รอบตัว** เรา

"ท่านไม่มีเพราะท่านไม่ได้ขอพระเจ้า" — ยากอบ ๔:๒

เมื่อเราอธิษฐาน:

- **เราวางใจเราให้สอดคล้องกับแผนการของพระเจ้า**

- **เราเชิญพลังของพระองค์เข้าไปในสถานการณ์ที่ต้องการการเปลี่ยนแปลง**
- **เราเปิดประตูเพื่อให้ปาฏิหาริย์เกิดขึ้น**

การอธิษฐานเป็นความร่วมมือกับพระเจ้า

พระเจ้าทรงเลือกที่จะ **ทำงานผ่านผู้คนที่อธิษฐาน** พระองค์ทรง **มอบอำนาจ** ให้เรา บนโลกเพื่อเชิญชวนให้พระประสงค์ของพระองค์เกิดขึ้น

"เราได้มอบอำนาจให้ท่านทั้งหลาย...เพื่อจะเอาชนะกำลังของศัตรูได้ทั้งสิ้น" — ลูกา 10:19

ตัวอย่างพลังแห่งการอธิษฐานในทางปฏิบัติ

1. **คำอธิษฐานของโมเสสช่วยอิสราเอลให้รอด**
   - พระเจ้าทรงวางแผนที่จะทำลายอิสราเอลเพราะความบาปของพวกเขา
   - โมเสสเป็นผู้ไกล่เกลี่ย และ **พระเจ้าทรงเปลี่ยนแปลงกระแสของประวัติศาสตร์** (อพยพ 32:11-14)
2. **คำอธิษฐานของเอลียาห์ทำให้ฝนหยุดตก**
   - เอลียาห์อธิษฐาน และฝนก็ไม่ตกเป็นเวลา **สามปีครึ่ง** (ยากอบ 5:17)
   - เขาได้อธิษฐานอีกครั้งและ **ฝนก็ตกลงมาอีก** ครั้ง
3. **คำอธิษฐานของพระเยซูทำให้เปโตรเข้มแข็งขึ้น**
   - พระเยซูตรัสกับเปโตรว่า *"ซาตานขอที่จะร่อนเจ้าเหมือนร่อนข้าวสาลี แต่เราได้อธิษฐานเพื่อเจ้าแล้ว"* (ลูกา 22:31-32)
   - ศรัทธาของเปโตร **ได้รับการสนับสนุนเพราะพระเยซูทรง** อธิษฐาน

ถ้า **โมเสส เอลียาห์ และพระเยซู** อธิษฐานและเห็นผล ทำไมเราถึงไม่ทำล่ะ

คำอธิษฐานของเราช่วยงานของพระเจ้าได้อย่างไร

เมื่อเราอธิษฐาน เราจะ:

1. **เปิดใจผู้คนให้รับเสียงของพระเจ้า**
   - คนจำนวนมากเพิกเฉยต่อพระเจ้า แต่คำอธิษฐานของเรากลับ **ช่วยให้พวกเขาเปิดใจมาก** ขึ้น
2. **ขอเชิญพระปัญญาอันศักดิ์สิทธิ์และความคุ้มครอง**
   - การประทับของพระเจ้า **เปลี่ยนแปลงบรรยากาศ** ของบ้าน ที่ทำงาน และเมือง
3. **ทำลายแผนการของศัตรู**
   - การอธิษฐาน **ช่วยป้องกันความชั่วร้ายจากการควบคุม** สถานการณ์
4. **ปลดปล่อยพรและปาฏิหาริย์ของพระเจ้า**
   - เมื่อเราอธิษฐาน **การรักษา การจัดเตรียม และความก้าวหน้าก็เกิด** ขึ้น

แผนปฏิบัติการ:

วิธีการเป็นหุ้นส่วนกับพระเจ้าในการอธิษฐาน

1. **อธิษฐานด้วยพลัง –** เชื่อว่าคำอธิษฐานของคุณ **สร้างความแตก** ต่าง

2. **อธิษฐานอย่างเฉพาะเจาะจง –** แทนที่จะอธิษฐานทั่วๆ ไป ให้ขอ **สิ่งที่ชัดเจนและชัดเจน** จาก พระเจ้า

3. **อธิษฐานเพื่อผู้อื่น –** ยืนหยัดเคียงข้างผู้ที่ไม่รู้วิธีอธิษฐาน

4. **ใช้คำอธิษฐานตามพระคัมภีร์ –** ตัวอย่าง: *"พระเจ้าข้า ขอให้แผ่นดินของพระองค์มาถึง ขอให้เป็นไปตามพระประสงค์ของพระองค์" (มัทธิว 6:10)*

5. **คาดหวังผล –** จด **บันทึกคำอธิษฐาน** และติดตามสิ่งที่พระเจ้าทำ!

คำถามสะท้อนความคิด:

1. ฉันเชื่อหรือไม่ว่าคำอธิษฐานของฉันมีผลกระทบจริง?
2. สถานการณ์ใดที่ต้องการพลังจากพระเจ้าตอนนี้?
3. ฉันจะอธิษฐานด้วยความกล้าหาญและศรัทธามากขึ้นได้อย่างไร?
4. ฉันสามารถดำเนินการอย่างไรเพื่อให้กลายเป็นนักรบคำอธิษฐานที่เข้มแข็งยิ่งขึ้น ?

ส่วนการบันทึกประจำวัน:

- **วันนี้ฉันขออธิษฐานว่า:**
- **ข้อพระคัมภีร์ที่เสริมสร้างศรัทธาของฉันในการอธิษฐาน:**
- **ความก้าวหน้าของการอธิษฐานที่ฉันเชื่อคือ:**
- **สิ่งที่ฉันเรียนรู้เกี่ยวกับการอธิษฐานวันนี้:**

สรุป:

หลายคนสงสัยว่า *ถ้าพระเจ้าทรงมีอำนาจสูงสุด พระองค์ต้องการคำอธิษฐานของเราจริงหรือ* คำตอบคือ **ใช่!**

การอธิษฐานไม่ใช่การเปลี่ยนพระทัยของพระเจ้า แต่เป็น **ความร่วมมือกับพระองค์เพื่อนำพระประสงค์ของพระองค์มาสู่โลก** บทนี้จะสำรวจว่า **การอธิษฐานเปิดประตู เปลี่ยนแปลงชีวิต และเชื้อเชิญพลังของพระเจ้ามาสู่โลก** ได้อย่างไร

ความคิดและการกระทำขั้นสุดท้าย

การอธิษฐาน **ไม่ใช่การอธิษฐานแบบนิ่งเฉย แต่เป็นการอธิษฐานที่ทรงพลัง**
เมื่อคุณอธิษฐาน คุณกำลัง **ทำงานร่วมกับพระเจ้าเพื่อเปลี่ยนแปลงชีวิต ประเทศชาติ และสถานการณ์ต่างๆ** อย่าประเมินพลังของการอธิษฐานต่ำเกินไป
เริ่มอธิษฐานด้วยความมั่นใจตั้งแต่วันนี้!

บทที่ 4: การทดลองการอธิษฐาน

หัวข้อหลัก:

- **คำอธิษฐานควรได้รับการทดสอบและทดลองเพื่อดูผลที่แท้จริง**
- **พระคัมภีร์ส่งเสริมการอธิษฐานอย่างต่อเนื่องและสร้างสรรค์**
- **"คำอธิษฐานแบบฉับพลัน" (คำอธิษฐานที่รวดเร็วและเป็นธรรมชาติ) อาจมีพลังเท่ากับคำอธิษฐานแบบยาวและมีโครงสร้างชัดเจน**
- **ผู้คนสามารถผสมผสานการอธิษฐานเข้ากับชีวิตประจำวันได้โดยไม่คาดคิด**

การผจญภัยแห่งการอธิษฐาน

คุณเคยสงสัยไหมว่า *ฉันจะทราบได้อย่างไรว่าคำอธิษฐานของฉันได้ผล*
วิธีเดียวที่จะทราบได้ก็คือ การ **อธิษฐานและสังเกตผลลัพธ์**
การอธิษฐานก็เหมือนกับ **วิทยาศาสตร์** นักวิทยาศาสตร์ทำการทดลองเพื่อดูว่าอะไรได้ผล

เราก็สามารถทำแบบเดียวกันได้ด้วยการอธิษฐาน

- จะเกิดอะไรขึ้นเมื่อฉันอธิษฐานให้ใครบางคนที่ต้องการความช่วยเหลือ?
- การอธิษฐานเปลี่ยนสถานการณ์ในการทำงานได้หรือไม่?
- การอธิษฐานสามารถส่งผลต่อทัศนคติของคนรอบข้างได้หรือไม่?

**พระเจ้าผู้ทรงฤทธานุภาพตรัสว่า "จงทดสอบเราในเรื่องนี้
และดูว่าเราจะเปิดประตูสวรรค์ให้กว้าง
และเทพระพรลงมาอย่างล้นเหลือจนไม่มีที่พอจะเก็บสะสมไว้ได้หรือไม่"** — มาลาคี 3:10

พระเจ้าทรงเชิญชวนเราให้ **ทดสอบความซื่อสัตย์ของพระองค์ผ่านการ** อธิษฐาน

การทดลองอธิษฐานง่ายๆ ที่ต้องลอง

1. สวดมนต์ภาวนาอย่างรวดเร็วตลอดทั้งวัน

แทนที่จะอธิษฐานยาวๆ ลอง **อธิษฐานสั้นๆ เงียบๆ** เพื่อผู้คนที่คุณพบเจอ

- **ที่ทำงาน:** *"ขอพระเจ้าอวยพรให้เจ้านายของฉันมีปัญญาในวันนี้ด้วย"*
- **ที่ร้านค้า:** *"พระเจ้า ขอให้ความรักของพระองค์โอบล้อมแคชเชียร์แห่งนี้"*
- **ขณะขับรถ:** *"ขอพระเจ้าคุ้มครองเมืองนี้ให้ปลอดภัยในวันนี้"*

การสังเกต: คุณสังเกตเห็นการเปลี่ยนแปลงในทัศนคติของคุณเองหรือไม่ ผู้คนตอบสนองแตกต่างกันหรือไม่

2. การอธิษฐานต่อพาดหัวข่าว

แทนที่จะรู้สึกท่วมท้นกับข่าวร้าย **ให้เปลี่ยนมันเป็นการ** อธิษฐาน

- หากคุณได้ยินเรื่องสงคราม โปรดอธิษฐานขอให้ เกิด **สันติภาพ**
- หากคุณพบเห็นความอยุติธรรม โปรดอธิษฐานขอ **ความยุติธรรมและความ**คุ้มครอง
- หากเกิดภัยพิบัติธรรมชาติ โปรดอธิษฐานขอ **ความช่วยเหลือและการ** รักษา

สังเกต: คุณรู้สึกวิตกกังวลน้อยลงและมีความหวังมากขึ้นเมื่อคุณอธิษฐานหรือไม่

3. การอธิษฐานขอพรให้บุคคลที่ "ยากต่อการเข้าถึง"

เลือกใครสักคนที่สามารถรับมือกับความท้าทายได้ เช่น **เจ้านาย เพื่อนร่วมงาน หรือสมาชิกใน** ครอบครัว

- **อธิษฐานเผื่อพวกเขา** ทุกวันเป็นเวลาหนึ่งสัปดาห์
  ขอให้พระเจ้าทรงอวยพรพวกเขา เปลี่ยนแปลงจิตใจพวกเขา และชี้นำพวกเขา
- ขอให้พระเจ้าทรงเปลี่ยน **ทัศนคติของคุณ** ที่มีต่อพวกเขาด้วย

สังเกต: พวกเขาเริ่มมีพฤติกรรมแตกต่างไปหรือไม่
คุณรู้สึกสงบสุขมากขึ้นเมื่ออยู่ใกล้พวกเขาหรือไม่

4. การเดินภาวนา

เดินเล่นระยะสั้นๆ ในละแวกบ้าน ที่ทำงาน หรือแม้แต่ในห้างสรรพสินค้า

- เงียบๆ **เพื่อผู้คนและสถานที่ที่** คุณผ่านไป
- ขอให้พระเจ้า **อวยพรบ้าน ธุรกิจ และ** โรงเรียน
- อธิษฐานขอ **การนัดหมายจากพระเจ้า** — โอกาสในการให้กำลังใจใครบางคน

สังเกต: คุณรู้สึกถึง **การเปลี่ยนแปลงในบรรยากาศ** หรือไม่
มีใครเปิดใจกับคุณโดยไม่คาดคิดหรือไม่

กุญแจสู่การทดลองอธิษฐานอันทรงพลัง

ยิ่งคุณ **อธิษฐานโดยตั้งใจมาก** เท่าใด คุณจะยิ่ง **เห็นพระเจ้าทรงเคลื่อนไหว** มาก ขึ้นเท่านั้น

- **จดบันทึกการทดลองสวดมนต์ของคุณ**
- **อดทนไว้—คำอธิษฐานบางอย่างต้องใช้เวลา!**
- **คาดหวังสิ่งที่น่าประหลาดใจ—พระเจ้าทรงเคลื่อนไหวในแบบที่ไม่คาดคิด!**

"จงขอแล้วจะได้รับ จงหาแล้วคุณจะพบ จงเคาะแล้วประตูจะเปิดให้แก่ท่าน" — มัทธิว 7:7

แผนปฏิบัติการ:
ขั้นตอนในการเสริมสร้างชีวิตการอธิษฐานของคุณ

1. **เลือกการทดลองสวดมนต์หนึ่งอย่างที่จะลองในสัปดาห์นี้**

2. **จดบันทึกคำอธิษฐานและการสังเกตของคุณ**

3. **แบ่งปันประจักษ์พยานกับผู้อื่น—ร่วมเฉลิมฉลองคำอธิษฐานที่ได้รับคำตอบ!**

4. **ขอให้พระเจ้าทรงสร้างสรรค์มากขึ้นในการอธิษฐานของคุณ**

5. **อย่ายอมแพ้!** แม้จะไม่เห็นผลทันที แต่จงอธิษฐานต่อไป

คำถามสะท้อนความคิด:

1. ความท้าทายที่ยิ่งใหญ่ที่สุดในการอธิษฐานของฉันคืออะไร?
2. ฉันเคยลอง "ทดลองสวดมนต์" มาก่อนไหม เกิดอะไรขึ้น?
3. ฉันจะเปลี่ยนช่วงเวลาในแต่ละวันให้เป็น **โอกาสในการอธิษฐาน** มากขึ้นได้อย่างไร
4. ตอนนี้ ส่วนใดในชีวิตของฉันที่จำเป็นต้อง **อธิษฐานอย่างตั้งใจ มากขึ้น?**

ส่วนการบันทึกประจำวัน:

- **วันนี้ผมได้ทดลองสวดมนต์ประเภทนี้:**
- **ฉันได้อธิษฐานขอ:**
- **สิ่งที่ฉันสังเกตหรือประสบพบ:**
- **ข้อพระคัมภีร์ที่กระตุ้นให้ฉันอธิษฐานต่อไป:**

สรุป:

หลายๆ คนประสบปัญหาในการอธิษฐานเพราะไม่ **เห็นผลลัพธ์ทันที** แต่จะเป็นอย่างไรหากการอธิษฐานเป็นเหมือนการปลูกเมล็ดพันธุ์ คำอธิษฐานบางคำต้องใช้เวลาในการเติบโต ในขณะที่คำอธิษฐานบางคำให้ผลทันที บทนี้จะสำรวจ **วิธีการปฏิบัติเพื่อทดสอบพลังของการอธิษฐาน** โดยกระตุ้นให้เราเป็น **ผู้สำรวจจิตวิญญาณ** ยินดีที่จะก้าวออกมา อธิษฐานอย่างกล้าหาญ และดูว่าพระเจ้าทำอะไร

ความคิดและการกระทำขั้นสุดท้าย

วิธีที่ดีที่สุดในการเจริญภาวนาคือการ **ภาวนาและสังเกตสิ่งที่เกิดขึ้น** จงกล้าหาญ คาดหวัง และ **สังเกตว่าพระเจ้าทรงเคลื่อนไหวอย่างไรเมื่อคุณภาวนา!**

บทที่ 5: พระคริสต์—คำตอบ

หัวข้อหลัก:

- คำสอนของพระเยซูเป็นคำตอบขั้นสุดท้ายต่อปัญหาของโลก
- คริสเตียนต้อง "เต็มเปี่ยมไปด้วยพระคริสต์"
  โดยยอมให้ชีวิตและความคิดของพระองค์มาหล่อหลอมพวกเขา
- การอธิษฐานที่แท้จริงหมายถึงการวางตัวให้สอดคล้องกับพระคริสต์อย่างสมบูร
  ณ์
- ยิ่งเราเดินใกล้ชิดกับพระคริสต์มากเท่าไร
  คำอธิษฐานของเราก็จะยิ่งทรงพลังมากขึ้นเท่านั้น

พระเยซู—แหล่งที่มาของพลังทั้งมวล

ตลอดประวัติศาสตร์ **นักคิด นักวิทยาศาสตร์ และผู้นำที่ยิ่งใหญ่ที่สุด** ได้แสวงหา **ความจริงและความหมาย** แต่พระเยซูได้ให้ **คำตอบที่เราต้องการไว้** แล้ว
**"เราเป็นทางนั้น เป็นความจริงและเป็นชีวิต
ไม่มีผู้ใดมาถึงพระบิดาได้นอกจากจะมาทางเรา"** — ยอห์น 14:6

พระเยซูไม่เพียงแต่สอน **เรื่องพระเจ้า เท่านั้น** แต่
พระองค์ยังเป็นพระเจ้าในรูปลักษณ์ของมนุษย์ ด้วย

- **ปัญญา** ของพระองค์ ยิ่งใหญ่กว่าความรู้ของโลก
- **ความรัก** ของพระองค์ มีความลึกซึ้งกว่าความสัมพันธ์ของมนุษย์
- **พลัง** ของเขา แข็งแกร่งกว่าพลังใด ๆ บนโลก

เรากำลังฟังเสียงที่ถูกต้องหรือเปล่า?

เราอาศัยอยู่ในโลกที่เต็มไปด้วยเสียงดังและเต็มไปด้วย:

- ข่าวสาร ความเห็น และสิ่งรบกวนมากมาย
- เสียงในโซเชียลมีเดียกำลังแข่งขันเพื่อเรียกร้องความสนใจ
- คู่มือช่วยเหลือตัวเองที่ทำให้ผู้คน **รู้สึกว่างเปล่าและ** สับสน

แต่ **มีเสียงเดียวที่มีความสำคัญเหนือสิ่งอื่นใด** นั่นก็คือเสียงของพระเยซู

การอยู่ใกล้ชิดพระเยซูเปลี่ยนแปลงทุกสิ่งทุกอย่างได้อย่างไร

การอธิษฐานไม่ใช่แค่การขอสิ่งต่างๆ เท่านั้น แต่เป็นเรื่องของ **การเชื่อมโยงกับพระ** คริสต์

1. พระคริสต์ทรงประทานทัศนคติใหม่แก่เรา

- โลกบอกว่า: *"คุณต้องดูแลตัวเอง"*
- พระเยซูตรัสว่า: *"เราจะไม่ละทิ้งท่านเลย และเราจะไม่ทอดทิ้งท่านเลย" (ฮีบรู 13:5)*

2. เมื่อเรา คิดเหมือนพระคริสต์ เราจะแทนที่:

- **กังวลกับศรัทธา**
- **ความกลัวกับความกล้าหาญ**
- **ความสับสนกับความชัดเจน**

"เรามีใจของพระคริสต์" — 1 โครินธ์ 2:16

3. การทรงสถิตของพระคริสต์ทำให้เราเข้มแข็ง

ชีวิตอาจดู **หนักใจ** แต่เมื่อเราใช้เวลาอยู่กับพระเยซู:

- **เราสัมผัสได้ถึงความสงบท่ามกลางพายุ**
- **เรามีความยินดีแม้ในช่วงเวลาแห่งการทดลอง**
- **เรายังมีความหวังแม้ชีวิตจะดูมืดมน**

"จงมาหาเรา ผู้เหน็ดเหนื่อยทั้งหลาย และเราจะให้ท่านทั้งหลายได้พักผ่อน" — มัทธิว 11:28

4. พระคริสต์ทรงเติมเต็มความว่างเปล่าในชีวิตของเรา

หลายๆคนค้นหาความหมายใน:

- **เงิน ความสัมพันธ์ หรือความสำเร็จ**
- **ความบันเทิง ความเพลิดเพลิน หรือสิ่งที่กวนใจ**
- **พิธีกรรมทางศาสนาที่ไม่เกี่ยวข้องกับพระเจ้าอย่างแท้จริง**

แต่ มีเพียงพระคริสต์เท่านั้นที่ทรงพอพระทัย จิต **วิญญาณ**
"ผู้ใดดื่มน้ำที่เราให้จะไม่กระหายอีกเลย" — ยอห์น 4:14

วิธีการเชื่อมต่อกับพระคริสต์ทุกวัน

1. **เริ่มต้นวันใหม่กับพระเยซู**
    - ก่อนที่จะตรวจสอบโทรศัพท์ของคุณ โปรดใช้เวลาสักครู่ใน **การอธิษฐานและ** ฟัง
    - อ่านข้อพระคัมภีร์และถามว่า *"พระเจ้า วันนี้พระองค์อยากสอนอะไรฉัน"*
2. **สวดมนต์ตลอดทั้งวัน**
    - สนทนา **สั้นๆ กับพระเยซู** ในขณะที่คุณทำงาน ขับรถ หรือพักผ่อน
3. **เติมจิตใจของคุณด้วยคำพูดของพระองค์**
    - ท่องจำบทหนึ่งในแต่ละสัปดาห์

    - แทนที่ความคิดเชิงลบด้วยความจริงของพระเจ้า
4. **นมัสการและขอบคุณพระองค์ทุกวัน**
    - จิตใจที่ขอบคุณ **จะใกล้ชิด** พระเจ้า
5. **สิ้นสุดวันด้วยการปรากฏของพระองค์**
    - นึกถึงคุณงามความดีของพระองค์ก่อนนอน

แผนปฏิบัติการ:
ขั้นตอนในการทำให้การเดินร่วมกับพระคริสต์ของคุณมีความลึกซึ้งยิ่งขึ้น

1. มุ่งมั่นที่จะใช้เวลาอยู่กับพระเยซูทุกเช้า

2. พูดคุยกับพระองค์ตลอดทั้งวัน — การอธิษฐานเป็นการสนทนา ไม่ใช่พิธีกรรม

3. แทนที่ความกลัวและความสงสัยด้วยศรัทธาต่อคำสัญญาของพระคริสต์

4. ฟังให้มากขึ้น ขอคำแนะนำจากพระเยซูและคาดหวังว่าพระองค์จะตรัส

5. จงล้อมรอบตัวคุณด้วยผู้คนที่สนับสนุนศรัทธาของคุณ

คำถามสะท้อนความคิด:

1. ฉันเชื่อจริงๆ หรือเปล่าว่าพระเยซูคือคำตอบสำหรับการต่อสู้ดิ้นรนของฉัน?
2. ฉันใช้เวลาฟังพระเยซูมากเพียงใดเมื่อเทียบกับการฟังโลก?
3. มีด้านใดในชีวิตของฉันที่ฉันต้องการปัญญาจากพระคริสต์มากขึ้น?
4. ฉันสามารถทำอะไรได้บ้างในแต่ละวันเพื่อจะใกล้ชิดพระเยซูมากขึ้น?

ส่วนการบันทึกประจำวัน:

- **วันนี้ฉันใช้เวลาอยู่กับพระเยซูโดย:**
- **ข้อพระคัมภีร์ที่ทำให้ฉันเข้มแข็ง:**
- **ความกลัวหรือความสงสัยที่ฉันมอบให้พระเจ้าในการอธิษฐาน:**
- **การเปลี่ยนแปลงที่ฉันสังเกตเห็นในความคิดหรือทัศนคติของฉัน:**

สรุป:

หลายคนแสวงหา **ความสงบ ปัญญา และจุดมุ่งหมาย** ในสถานที่ที่ผิด ความจริงก็คือ **พระเยซูคริสต์คือคำตอบสูงสุดสำหรับทุกความต้องการและการต่อสู้ที่เราเผชิญ** ในบทนี้ เราจะสำรวจว่าการเชื่อมต่อกับพระเยซูผ่านการอธิษฐานช่วยเปลี่ยนแปลงความคิด หัวใจ และการกระทำของเราได้อย่างไร

ความคิดและการกระทำขั้นสุดท้าย

พระเยซูไม่เพียงแต่เป็นส่วนหนึ่งของชีวิตเท่านั้น พระองค์ยังเป็นชีวิต
ด้วย ยิ่งเรา **เชื่อมต่อกับพระองค์ มากเท่าไร** เราก็ยิ่ง **สัมผัสได้ถึงพลัง ความสงบสุข**
และปัญญาที่เราต้องการ มาก ขึ้นเท่านั้น
ให้พระเยซูเป็นศูนย์กลางของทุกสิ่งและดูว่าชีวิตจะเปลี่ยนไปอย่างไร!

บทที่ 6: พลังที่น่าสะพรึงกลัวของเรา

หัวข้อหลัก:

- **ทุกความคิดและคำอธิษฐานล้วนส่งผลกระทบ แม้จะมองไม่เห็นก็ตาม**
- **มนุษย์มีอำนาจในการกำหนดอนาคต แต่กลับล้มเหลวในการใช้มัน**
- **หากมีผู้คนสวดมนต์เป็นประจำเพียงพอ โลกก็จะเปลี่ยนแปลงไป**
- **การต่อสู้ทางจิตวิญญาณระหว่างความดีและความชั่วเป็นเรื่องจริง และการอธิษฐานคืออาวุธในการต่อสู้ครั้งนี้**

พลังแห่งคำอธิษฐานเพียงหนึ่งเดียว

ลองคิดดูสิ:

- คำอธิษฐานครั้งหนึ่ง **ช่วยชีวิตดาเนียลจากถ้ำสิงโต** ได้
- คำอธิษฐานหนึ่งคำ **สามารถแยกทะเลแดง** ได้
- คำอธิษฐานข้อหนึ่ง **ทำให้ลาซารัสฟื้นจากความ** ตาย

หากพระเจ้าทรงทำงานผ่าน **คำอธิษฐานของคนคนหนึ่งในพระคัมภีร์** พระองค์ก็สามารถทำงานผ่านคำอธิษฐาน **ของคุณได้ในวันนี้เช่น** กัน

"คำอธิษฐานของผู้ชอบธรรมมีพลังและเกิดผล" — ยากอบ 5:16

หลายๆ คนมักพูดว่า *"ฉันเป็นคนคนเดียว ฉันทำอะไรได้บ้าง"*
คำตอบคือ **มากกว่าที่คุณคิด!**

ความคิดของเรามีพลัง

วิทยาศาสตร์ยืนยันสิ่งที่พระคัมภีร์บอกเราแล้วว่า **ความคิดของเราสร้างความเป็น** จริง

- ความคิดเชิงลบนำไปสู่ **ความเครียด ความกลัว และความ** เฉื่อยชา
- ความคิดที่เต็มไปด้วยความศรัทธาจะนำไปสู่ **ความสงบ ความมั่นใจ และความกล้า** หาญ

"คนจะคิดอย่างไรในใจ เขาก็เป็นอย่างนั้น" — สุภาษิต 23:7

ความจริงของพระเจ้า เข้าไปในจิตใจมากเท่าไร เราก็จะยิ่งเห็น **ปาฏิหาริย์ ความก้าวหน้า และการเปลี่ยนแปลง** มาก ขึ้นเท่านั้น

เราเป็นผู้สร้างร่วมกับพระเจ้า

พระเจ้าทรงประทานความสามารถแก่เราใน **การพูดจาให้เกิดชีวิต อธิษฐานอย่างมีพลัง และดำเนิน** การ

"ข้าพเจ้ากล่าวว่า 'พวกท่านเป็นพระเจ้า พวกท่านทุกคนเป็นบุตรของพระผู้สูงสุด'" — สดุดี 82:6

นี่ไม่ได้หมายความว่าเราเป็นเทพ แต่หมายความว่า **เราได้รับพลังจากเทพ**
เพื่อนำมาซึ่งการเปลี่ยนแปลง:

- **ผ่านการอธิษฐานของเรา**
- **ผ่านคำพูดของเรา**
- **ผ่านการกระทำของเรา**

เราไม่เพียงแต่เป็น **ผู้ชม** ชีวิต แต่เรายังเป็น **ผู้สร้างร่วมกับพระเจ้า** อีกด้วย

วิธีใช้พลังที่พระเจ้าประทานให้อย่างชาญฉลาด

1. **อธิษฐานด้วยความคาดหวัง**
    - หยุดการอธิษฐาน เล็ก ๆ **น้อยๆ และคำอธิษฐานที่น่าสงสัย**
    - เชื่อว่าพระเจ้า **ทรงได้ยินและทรง** ตอบ
2. **พูดเรื่องชีวิต ไม่ใช่เรื่องความตาย**
    - คำพูดของคุณ **สร้างความเป็นจริง —** พูดถึงศรัทธา ความหวัง และพระพร
    - หลีกเลี่ยงการพูดในแง่ลบหรือการบ่นเกี่ยวกับตัวเอง
3. **ดำเนินการอย่างกล้าหาญ**
    - การอธิษฐานโดยปราศจากการกระทำก็ถือว่า ไม่ **สมบูรณ์**
    - หากพระเจ้าประทานความคิดให้กับคุณ **จงก้าวออกมาและทำมัน !**
4. **ล้อมรอบตัวคุณด้วยผู้คนที่เต็มไปด้วยศรัทธา**
    - ศรัทธาสามารถ **แพร่กระจายได้ -**
      ใช้เวลาอยู่กับคนที่เชื่อในสิ่งที่เป็นไปไม่ได้

แผนปฏิบัติการ:
วิธีการดำเนินตามพลังที่พระเจ้าประทานให้

1. อธิษฐานอย่างกล้าหาญและคาดหวังสิ่งดีๆ จากพระเจ้า
2. ประกาศพรแก่ตัวคุณเอง ครอบครัวของคุณ และอนาคตของคุณ
3. ดำเนินการตามความฝันที่พระเจ้าใส่ไว้ในใจของคุณ
4. ปฏิเสธที่จะถูกควบคุมโดยความกลัว แต่ให้เลือกศรัทธาแทน
5. พูดถึงชีวิตของคุณเกี่ยวกับสถานการณ์ต่างๆ แทนการบ่น

คำถามสะท้อนความคิด:

1. ฉันเชื่ออย่างเต็มที่หรือเปล่าว่าคำอธิษฐานของฉันมีพลัง?
2. ฉันได้จำกัดสิ่งที่พระเจ้าสามารถทำได้ในชีวิตของฉันหรือเปล่า?
3. ฉันควรเริ่มสวดคำอธิษฐานที่กล้าหาญข้อใดหนึ่ง?
4. ฉันจะใช้คำพูดและการกระทำของฉันเพื่อสร้างการเปลี่ยนแปลงในเชิงบวกได้อย่างไร

ส่วนการบันทึกประจำวัน:

- **คำอธิษฐานอันทรงพลังที่ฉันอธิษฐานวันนี้:**
- **ก้าวแห่งความศรัทธาที่ฉันกำลังก้าวไป:**
- **ข้อพระคัมภีร์ที่ทำให้ฉันเข้มแข็ง:**

- การเปลี่ยนแปลงที่ฉันเชื่อพระเจ้า:

สรุป:

หลายๆ คน **ประเมินพลังของตัวเองต่ำเกินไป** แต่ความจริงก็คือ ความคิด คำอธิษฐาน และการกระทำของเรา **กำหนดโลก ในบทนี้ เราจะค้นพบว่าพระเจ้าประทาน ความสามารถให้เรามีอิทธิพลต่อชีวิต เปลี่ยนแปลงสถานการณ์ และส่งผลต่ออนาคตผ่านการอธิษฐาน** ได้ อย่างไร

ความคิดและการกระทำขั้นสุดท้าย

คุณ **ไม่ได้อ่อนแอ ไร้พลัง หรือไร้ค่า** คุณ
เป็น **ลูกของพระเจ้าที่เปี่ยมด้วยพระวิญญาณของพระองค์** และได้รับเรียกให้ทำสิ่งที่ยิ่งใหญ่

"พวกเราทำได้! พวกเราทำได้มากพอแล้ว! หากเราอธิษฐาน เราก็สามารถเปลี่ยนแปลงโลกได้"

คุณสามารถเข้าร่วมชุมชนการเคลื่อนไหว 10 ล้านครั้งบน Facebook ได้โดยผ่านลิงค์นี้ -

https://www.otakada.org/facebookintercessory

คุณสามารถเข้าร่วมชุมชน **Intercessors 10** ล้านคนบน **WhatsApp** ได้ผ่านลิงค์ นี้

https://www.otakada.org/whatsappintercessory

คุณสามารถเรียนรู้เกี่ยวกับผู้ประสานงานขบวนการ Intercessors จำนวน 10 ล้านคนที่ God's Eagle Ministries (GEM) ได้จากลิงค์นี้ – https://www.otakada.org

เจอกันใหม่ฝั่งหน้า!

กองทัพผู้วิงวอนของพระเจ้า (GEM) สำหรับยุคสุดท้าย!

แผนการสวดมนต์ส่วนตัวและกลุ่ม

เหตุใดจึงต้องมีแผนคำอธิษฐาน?

หลายๆ คนประสบปัญหาในการสวดภาวนาอย่างสม่ำเสมอ แผนนี้จะช่วยให้คุณ
พัฒนานิสัยการสวดภาวนาที่มีพลังและมีประสิทธิผล
ไม่ว่าจะสวดภาวนาคนเดียวหรือสวดภาวนาเป็นกลุ่ม

แผนการสวดมนต์ส่วนตัว (กิจวัตรประจำวัน)

เป้าหมาย:
สร้างนิสัยการอธิษฐานที่เข้มแข็งทุกวันเพื่อสร้างความสัมพันธ์อันลึกซึ้งระหว่างคุณกับพระเ
จ้า

สวดมนต์เช้า (10–15 นาที)

เริ่มต้นด้วยวันขอบคุณพระเจ้า:
ขอบคุณพระเจ้าสำหรับอีกวันสำหรับพระพรของพระองค์และการประทับอยู่ของพระองค์

มอบวันของคุณให้กับพระเจ้า: ขอปัญญา สันติสุข และโอกาสจากพระเจ้า

อธิษฐานเพื่อตนเอง: ความเข้มแข็ง ปัญญา การปกป้อง และการเติบโตทางจิตวิญญาณ

อธิษฐานเพื่อผู้อื่น: ครอบครัว เพื่อน และผู้คนที่พระเจ้าทรงวางไว้ในใจของคุณ

อธิษฐานเพื่อโลก: ผู้นำ คณะสงฆ์ และประเด็นต่างๆ ทั่วโลก
ตัวอย่าง:
"พระเจ้า ข้าพระองค์ประทานวันนี้แก่พระองค์

โปรดทรงเติมพระวิญญาณของพระองค์แก่ข้าพระองค์ โปรดทรงนำข้าพระองค์ก้าวเดินและช่วยให้ข้าพระองค์ดำเนินไปในความรักและฤทธิ์อำนาจของพระองค์"

สวดมนต์กลางวัน (สวดบทสวดสั้นๆ ตลอดทั้งวัน)

อธิษฐานให้กับผู้คนที่คุณพบหรือได้ยินเกี่ยวกับ

เปลี่ยนความเครียดหรือความหงุดหงิดให้เป็นคำอธิษฐาน

ขอพระเจ้าประทานปัญญาในการตัดสินใจ

ตัวอย่าง:

"พระเจ้าโปรดช่วยให้ฉันตอบสนองด้วยความรักและความอดทนในสถานการณ์นี้"

สวดมนต์เย็น (10–15 นาที)

ไตร่ตรองในวันนี้: คุณเห็นพระเจ้าทรงงานที่ไหน?

กลับใจจากสิ่งใดก็ตามที่ต้องเปลี่ยนแปลง: ขอการให้อภัยและการเติบโต

อธิษฐานเพื่อคนที่คุณรักและคริสตจักร: ขอให้พระเจ้าทรงเคลื่อนไหวในชีวิตของพวกเขา

อธิษฐานเพื่อวันพรุ่งนี้: ยอมละทิ้งแผนการของคุณและไว้วางใจในการนำทางของพระเจ้า

ตัวอย่าง:

"ข้าแต่พระเจ้า ขอบพระคุณพระองค์สำหรับวันนี้ ข้าพระองค์ฝากพระองค์กับวันพรุ่งนี้และมอบทุกสิ่งไว้ในพระหัตถ์ของพระองค์"

แผนการอธิษฐานกลุ่ม (คู่มือการประชุมประจำสัปดาห์)

เป้าหมาย: เสริมสร้างความสามัคคี ศรัทธา และการวิงวอนโดย การอธิษฐานร่วมกัน เป็นกลุ่ม

โครงสร้างที่แนะนำสำหรับการประชุมอธิษฐาน 1 ชั่วโมง:

1. พิธีเปิดการนมัสการและวันขอบคุณพระเจ้า (10 นาที)

- เริ่มต้นด้วย **เพลงสรรเสริญ** หรือช่วงเวลาแห่งความขอบคุณ
- อ่าน **ข้อพระคัมภีร์เกี่ยวกับการอธิษฐาน** (เช่น *มัทธิว 18:19-20*)

2. การสะท้อนความคิดและประจักษ์พยานส่วนตัว (10 นาที)

- แบ่งปัน **คำอธิษฐานที่ได้รับคำตอบ** ในสัปดาห์ที่ผ่านมา
- พูดคุยถึง **การท้าทายและชัยชนะของการ** อธิษฐาน

3. หัวข้อการอธิษฐานแบบเน้นจุด (รวม 30 นาที)

- **สัปดาห์ที่ 1: อธิษฐานเพื่อผู้นำโลกและสันติภาพ (10 นาที)**
- **สัปดาห์ที่ 2: อธิษฐานเผื่อคริสตจักรและมิชชันนารี (10 นาที)**
- **สัปดาห์ที่ 3:**
  อธิษฐานเพื่อการเติบโตส่วนบุคคลและความเข้มแข็งทางจิตวิญญาณ (10 นาที)
- **สัปดาห์ที่ 4: อธิษฐานเพื่อการฟื้นคืนชีวิตทั่วโลกและผู้หลงหาย (10 นาที)**

4. การสวดภาวนาแบบเงียบๆ (5 นาที)

- ใช้เวลา **ในการฟัง** คำแนะนำจากพระเจ้า

5. การปิดคำมั่นสัญญาและการให้กำลังใจ (5 นาที)

- แต่ละคน **แบ่งปันเป้าหมายการอธิษฐาน** ในแต่ละสัปดาห์
- ปิดท้ายด้วย **การสวดมนต์ขอพรกันเป็น** กลุ่ม

บันทึกคำอธิษฐาน (ติดตามคำอธิษฐานและคำตอบของคุณ)

ใช้บันทึกนี้เพื่อ **เขียนคำอธิษฐานและติดตามคำอธิษฐานที่ได้รับคำ** ตอบ

Date	Prayer Request	Bible Verse to Stand On	Answered? (Yes/No/In Progress)
02/21/2025	Healing for a friend	Isaiah 53:5	In Progress
02/22/2025	Wisdom for a big decision	James 1:5	Yes!
02/23/2025	Peace in a conflict	Philippians 4:7	No (Trusting God)

คำถามสะท้อนความคิดสำหรับบันทึกการอธิษฐานของคุณ:

1. คุณสังเกตเห็นรูปแบบอะไรในคำอธิษฐานของคุณ?
2. คำอธิษฐานใดได้รับคำตอบอย่างรวดเร็ว และคำอธิษฐานใดใช้เวลานานกว่า?

3. การจดคำอธิษฐานช่วยเสริมสร้างศรัทธาของคุณได้อย่างไร

กำลังใจสุดท้าย: อธิษฐานต่อไป!

การอธิษฐาน **เปลี่ยนแปลงชีวิต ประเทศชาติ และประวัติศาสตร์**
และคำอธิษฐานของคุณก็สร้างความแตกต่าง! จงมุ่งมั่น คาดหวัง และเฝ้าดูสิ่งที่พระเจ้าทำ
"อย่าท้อถอยในการทำดี เพราะว่าถ้าเราไม่ย่อท้อ เราก็จะเก็บเกี่ยวผลได้ในเวลาอันสมควร"
— กาลาเทีย 6:9

บทสรุป: โลกกำลังรอคำอธิษฐานของคุณอยู่

ลองจินตนาการว่าคุณยืนอยู่เบื้องหน้าพระเจ้าในวันหนึ่ง และเห็น
ทุกชีวิตที่คำอธิษฐานของคุณสัมผัส ทุกประเทศที่เปลี่ยนไป
และทุกปาฏิหาริย์ที่ถูกปลดปล่อยเพราะคุณกล้าที่จะอธิษฐาน

คุณจะอธิษฐานมากกว่านี้ไหม?
คุณจะเชื่อมากกว่านี้มั้ย?
คุณคงจะเข้าใจแล้วว่า **การอธิษฐานเป็นพลังที่ยิ่งใหญ่ที่สุดในโลก—**
พลังที่พระเจ้าทรงมอบให้กับคุณ?

ความจริงก็คือ **คำอธิษฐานของคุณมีความสำคัญ**

- คำอธิษฐานของคุณสามารถ **รักษาหัวใจที่แตกสลายได้**
- คำอธิษฐานของคุณสามารถ **มีอิทธิพลต่อผู้นำโลกได้**
- คำอธิษฐานของคุณสามารถ **ทำลายโซ่ตรวนแห่งการเสพติด ฟื้นฟูครอบครัว และนำความสดชื่นมาสู่ประเทศชาติ**

คุณมีอำนาจมากกว่าที่คุณคิด

อย่าเพียงแค่อ่าน แต่จงลงมือทำ

นี่ไม่ใช่ **จุดสิ้นสุด แต่เป็นจุดเริ่มต้น** ของวิถีชีวิตใหม่
ชีวิตที่การอธิษฐานไม่ใช่แค่สิ่งที่คุณทำ แต่เป็นพลังที่คุณปลดปล่อยออกมาทุกวัน
จากนี้ไป:

ขออธิษฐานด้วยใจที่กล้าหาญ
ขออธิษฐานด้วยความคาดหวัง
อธิษฐานราวกับว่าโลกขึ้นอยู่กับมัน เพราะมันเป็นอย่างนั้นจริงๆ

คุณไม่จำเป็นต้องเป็นศิษยาภิบาล นักวิชาการ หรือบุคคลสาธารณะ
คุณเพียงแค่ต้องมีหัวใจที่เต็มใจแสวงหาพระเจ้า และมี
ศรัทธาที่เข้มแข็งเพียงพอที่จะเชื่อว่าพระองค์ยังคงเคลื่อนไหวอยู่
ดังนั้นจงลุกขึ้น
มายืนตรงที่เดิม

โลกกำลังรอคำอธิษฐานของคุณ
คุณพร้อมที่จะเปลี่ยนแปลงประวัติศาสตร์หรือยัง?
จากนั้นก็ **เริ่มสวดมนต์**

คุณสามารถเข้าร่วมชุมชนการเคลื่อนไหว 10 ล้านครั้งบน Facebook ได้โดยผ่านลิงค์นี้ -

https://www.otakada.org/facebookintercessory

คุณสามารถเข้าร่วมชุมชน Intercessors 10 ล้านคนบน WhatsApp ได้ผ่านลิงค์ นี้

https://www.otakada.org/whatsappintercessory

คุณสามารถเรียนรู้เกี่ยวกับผู้ประสานงานขบวนการ Intercessors จำนวน 10 ล้านคนที่ God's Eagle Ministries (GEM) ได้จากลิงค์นี้ – https://www.otakada.org

เจอกันใหม่ฝั่งหน้า!

กองทัพผู้วิงวอนของพระเจ้า (GEM) สำหรับยุคสุดท้าย!

ส่วนการเขียนบันทึก – บทที่ 1

ส่วนการเขียนบันทึก – บทที่ 2

ส่วนการเขียนบันทึก – บทที่ 3

ส่วนการเขียนบันทึก – บทที่ 4

ส่วนการเขียนบันทึก – บทที่ 5

ส่วนการเขียนบันทึก – บทที่ 6

www.ingramcontent.com/pod-product-compliance
Lightning Source LLC
LaVergne TN
LVHW060303051026
849517LV00003B/935
* 9 7 9 8 3 4 9 5 2 5 0 4 9 *